# உங்கள் ஆன்மீகப் பயணம் 2

This book shares the experiences of spirituality through transformation, it offers a broad spectrum of higher spiritual consciousness. First book teaches basic spirituality while second book travels further as endless journey towards eternity.



ஷோபா ராம்

ISBN 979-8-89498-348-6

# நன்றி

சகோதரி திருமதி நித்தியா தாமோதரன்

# உள்ளுறை

# உள்ளுறை

# முன்னுரை

ஆன்மீகத்தில் நான் அனுபவித்து கடந்து வந்த பயணத்தையும் அதன் அனுபவங்களையும், "உங்கள் ஆன்மீகப் பயணம்" என்ற புத்தகமாக வெளியிட்டபோது, அது பிறர்க்கு எந்த விதத்திலாவது ஆன்மீக முன்னேற்றத்தை நோக்கிச்செல்ல உதவி புரியும் என்ற நோக்கத்தோடுதான் எழுதப்பட்டது.

மனம் செம்மைப்படுத்துதலே முதன்மையாக வலியுறுத்தப்பட்டது. மனித மனம் அவ்வாறு பண்பட்டாலொழிய ஆன்மீக முன்னேற்றம் ஏற்படுவதில்லை என்றே அறிவுறுத்தப்பட்டது. அந்தப் புத்தகத்தை எழுதி முடித்தவுடன், தொடர்ந்த ஆன்மீகப் பயணத்தில், எனது அனுபவமாக "உங்கள் ஆன்மீகப் பயணம் 2" வெளியிடப்படுகிறது.

பண்பட்ட மனிதநிலையைக் கடந்து, தெய்வீக நிலையை அடைந்து, அதையும் கடந்து, இறுதி இலட்சியத்தை நோக்கிப் பயணப்பட, இந்தப் புத்தகம் உதவிபுரியும் என்ற எண்ணத்தோடு மீண்டும் எழுதப்பட்டுள்ளது. எல்லையற்ற, முடிவில்லா பயணமாக இருப்பினும், பயணப்படும் பாதையைச் சரிபார்த்துக் கொள்ள இந்த அனுபவங்கள், ஒரு திசைக்காட்டி போல உதவலாம்.

எனது 10 வருட ஆன்மீக வாழ்க்கையையும் இணைத்தே கூற வேண்டிய கட்டாயம். வெறுமனே

எனது உயர்நிலை ஆன்மீக நிலைகளைக் கூறினால், அது புத்தகத்தை வாசிப்பவர்களுக்குப் புரிதல் ஏற்படுமா? என்பது சந்தேகமே! ஒவ்வொரு நிலைகளையும் கடந்து வந்த அனுபவங்களையும் ஒரு தொடர்ச்சியாகக் கூறும்பொழுது ஒரு புரிதல் ஏற்பட வாய்ப்புள்ளது. தனிமனித ஆன்மீக அனுபவங்கள் மாறுபடலாம். ஆனால், இறுதி இலட்சியத்தை நோக்கின பயணத்தில் உள்ள உண்மை ஒன்றே!

- ஷோபா ராம்

# குண்டலினி

ஆன்மீகத்திற்கு முதல் தேவை மற்றும் உள்ளார்ந்த அறிமுகம் இந்த குண்டலினி என்னும் சக்தி.

குண்டலினி என்பது ஒரு முழுமையான விழிப்புணர்வை தூண்டும் தன்மை. இதையே ஆன்மீக விழிப்புணர்வு (Spiritual Awakening) என்கின்றோம். இது ஆன்மீகப் பயணத்திற்கு உதவும் முதன்மையான திறவுகோல்.

ஒரு ஆன்மீக சாதகருக்கு குண்டலினி சக்தி தூண்டப்பட்டாலொழிய ஆன்மீகப் பயணம் தொடங்குவது இல்லை. அதற்கு முன் ஆன்மீகத்திற்கு வருகிறேன் அல்லது தியானம் செய்கிறேன் என்று முயற்சி செய்வது எல்லாம் ஒரு உலகத் தேவையின் பொருட்டே!

அமைதியைத் தேடி, வாழ்வில் ஏற்படும் பிரச்சனைகளுக்காகவும், தீர்வுகளுக்காகவும் ஆன்மீகம் என்று வருவது ஒரு மேலோட்டமான செயல்பாடே!

உலகாயத பிரச்சனைகளைத் தாண்டி உலகாயத தேவைகளைத் தாண்டி, உள்ளார்ந்த தேடல் இருக்கும் பொருட்டு, ஆன்மீகப் பாதை திறக்கப்படும். அதற்குத் திறவுகோலாக இருப்பது குண்டலினி மட்டுமே. குண்டலினியைத் தானாக எழுப்ப முயற்சி செய்வது பல உபாதைகளுக்கு வழிவகுக்கும். உடலளவிலும், மனதளவிலும் பாதிப்புகளை ஏற்படுத்தி விடும். தானாக நம்மை மீறி எழும் குண்டலினிமுற்பிறவியின் தொடர்ச்சியே!

எழுந்தகுண்டலினியை அமைதிபடுத்தினால் மட்டுமே ஆன்மீகப் புரிதலுக்கு பயன்படும். ஆக, தானாக எழுந்த அல்லது எழுப்பப்பட்ட குண்டலினிசக்தி பாதிப்பை ஏற்படுத்தும் என்பதை மனதில் கொள்ள வேண்டும்.

## குண்டலினி என்ன செய்யும்?

முதுகுத் தண்டின் அடிப்பகுதியில் சுருட்டி வைக்கப்பட்ட பாம்பை போல அமைதியாக சூட்சமசக்தியாக இருப்பது குண்டலினி. அது அமைதியாக இருக்கும் வரை, உலக விஷயங்கள், சுகங்கள், இன்பம், துன்பம், பிறப்பு, இறப்பு சுழற்சியில் செயல்பட்டுக் கொண்டே இருக்க வேண்டியதுதான்.

எழுப்பப்பட்ட அல்லது எழுந்த குண்டலினி, மனிதனின் உடலில் உள்ள சூட்சம சக்கரங்கள் (7 சக்கரங்கள்) வழியாகப் பயணப்பட ஆரம்பிக்கும். ஏழு சக்கரங்களின் செயல்பாடுகள் இதனால் அதிகமான அசைவுக்கு வழிவகுக்கும். இந்த அசைவு உடல் மற்றும் மனதில், நல்ல மற்றும் கெட்ட விளைவுகளை ஏற்படுத்தும்.

ஒவ்வொரு சக்கரங்களின் தன்மைக்கும் ஏற்றவாறு, அதில் உள்ள பதிவுகளின் வழியாகப் பாதிப்புகளை உருவாக்கும். எடுத்துக்காட்டாக, மூலாதாரத்தில் குண்டலினி தூண்டப்படும்போது, போட்டி, பொறாமை, ஆசை, பேராசை மற்றும் பற்றற்றத்தன்மை, போதும் என்ற மனப்பான்மை, வெறுமை ஆகிய உணர்வு சார்ந்த விஷயங்களை

மாறி மாறி கொடுத்து குழப்பத்தை ஏற்படுத்தும். பயம், பதற்றம் போன்ற மனம் சார்ந்த விஷயங்களுடன், பெருங்குடல், கால் சம்பந்தப்பட்ட நோய்கள் போன்று உடல் சார்ந்த நோய்களையும் ஏற்படுத்தும்.

இவ்வாறு உடலில் சூட்சமமாக உள்ள ஒவ்வொரு சக்கரத்தின் வழியாகப் பயணம் செய்யும் பொழுது குண்டலினி பாதிப்பை ஏற்படுத்தும். அதற்கு ஒரே தீர்வு தியானம் மற்றும் சுத்திகரிப்பு பயிற்சி. தியானம் மட்டுமே குண்டலினியை ஒரு இடத்தில் அமைதிகொள்ள உதவி செய்ய முடியும். அதனை சரியாக ஒரு இடத்தில் பொருத்தி வைப்பதற்கு, இக்காலத்தில் தகுதி வாய்ந்த குருமார்கள் இல்லை என்றுதான் சொல்ல வேண்டும்.

பொறுமையுடன் தியானத்தில் ஈடுபட, குண்டலினி அதன்இருப்பில் லயிக்கும். இதற்கு கால அவகாசம் குறிப்பிட முடியாது. ஒருவரின் ஆர்வமும், பரிதவிப்பும், அதே சமயம் புரிதல் கொண்ட பொறுமையுமே அதற்கான கால அவகாசம்.

மற்றொருவழி சுத்திகரிப்பு பயிற்சி அல்லது ஹீலிங் முறைகள் (Healing methods) .சுத்திகரிப்பு அல்லது ஹீலிங் செய்யப்படும்போது, சக்கரங்களின் அசுத்தத்தன்மை நீங்கி, தூயநிலைக்கு வரும்பொழுது குண்டலினி அமைதி அடையும்.

ஒரு முறை சுத்திகரிப்பு அல்லது ஹீலிங் செய்வதனால் மட்டுமே குண்டலினி தூய்மை

பெற்றுவிடுவதில்லை. தொடர்ந்து செய்து வரும் பொழுது குண்டலினி அமைதி அடையும்.

## குண்டலினி எங்கே லயிக்கும்?

ஆக்ஞா அல்லது சகஸ்கரா சக்கரத்தில் லயிக்கும். இந்த இரு இடங்கள் மட்டுமே குண்டலினி ஸ்திரமாக மற்றும் அமைதியாக லயிக்கும் இடங்கள்.ஆக்ஞா சக்கரத்தில் லயிக்கும்போது அனைத்துவிதமான புரிதல்களும், கேள்விகளுக்கான விடையும் தானாகவே உணர்த்தப்படும்.

ஆன்மீகத் தேடுதலுக்கான விடைகள் இங்கே கிடைக்கும். தன்னைப் பற்றிய புரிதல்கள், தன் பிறப்பினை பற்றின புரிதல்கள், பிரபஞ்ச ரகசியங்கள், பிரபஞ்சம் செயல்படும் முறைகள் ஆகியவற்றின் புரிதல்கள் ஏற்படும்.

சகஸ்கரா சக்கரத்தில் லயிக்கும்போது அமைதி, பற்றற்ற தன்மை, பிரபஞ்சத்துடன் இணைப்பு, தெளிவான சிந்தனைகள், பொறுமை, உள்நிலையில் லயித்திருத்தல் போன்றவை நிகழும்.

ஆக்ஞா சக்கரத்தில் தெளிந்த ஞானமும், சகஸ்கரா சக்கரத்தில் அதனைக் கடந்த ஆனந்தமும் ஏற்படும். இதுவே குண்டலினி எழும்பினால் நடக்கக்கூடிய விஷயம். ஆன்மீகத்தைத் தவிர்த்து வேறு எந்தவிதமான செயல்பாடுகளுக்கும் குண்டலினி உதவாது.

குறிப்பு:- ஆக்ஞா மற்றும் சகஸ்கரா சக்கரத்தில் குண்டலினி லயித்து இருந்தாலும், ஆன்மீகம்

முற்றுப்பெற்றுவிடவும் இல்லை. நாம் முழுமை அடையவும் இல்லை. ஆக்ஞாவில் இருந்தாலும் சரி, சகஸ்கராவில் இருந்தாலும் சரி, இன்னும் மாயை மிச்சம் உள்ளது. "நான்" (Ego) மிச்சம் உள்ளது. உணர்ச்சி, உணர்வுகள், முற்றுப்பெறாத ஆசைகள், கர்மப்பதிவுகள் அனைத்தும் உள்ளது. ஆக, மிச்சம் மீதி உள்ள அனைத்தையும் இனி சரிப்படுத்தி மனிதநிலையைக் கடந்தால்தான் தெய்வீக நிலையைத் தொட முடியும்.

இந்த நிலைகள் யாவும் ஸ்தூலத் தன்மை அதாவது கடினத்தன்மையுடன் (Hardness) இருப்பது. இவற்றை மேலும் பண்படுத்தி மிதத்தன்மைக்கும் (Moderation) மற்றும் லேசான (Lightness) தன்மைக்கும் கொண்டுவர வேண்டும். இவையே உயர்நிலை ஆன்மீகத்தை நோக்கிப் பயணப்பட வைக்கும்.

என் ஆன்மீக அனுபவம் -
எனது தொடக்கம்

## செப்டம்பர் 2014

என் வாழ்வில், தொடங்கிய ஆன்மீகப் பயணம் குண்டலினி சக்தி தானாக எனக்குள் எழும்பிய தருணம்.

குண்டலினி தானாக எழும்ப, ஒன்று தொடர்ந்து மேற்கொள்ளும் ஆன்மீகப் பயிற்சி அல்லது ஒரு தகுதி வாய்ந்த குருவின் தீண்டல் அல்லது அருள் அல்லது வாழ்க்கையின் உச்ச நிலைக்குக் கொண்டு செல்லும் நிகழ்வுகள் அல்லது பயங்கள் இவற்றுள் ஏதேனும் ஒன்று நடந்தால்தான், தானாக குண்டலினி எழும்பும் அல்லது எழுப்பப்படும்.

எனக்கு என் வாழ்வில் ஏற்பட்டது, உச்சக்கட்ட பயம். வெளியில் சொல்ல முடியாத அளவிற்கு பயத்தை நோக்கித் தள்ளப்பட்ட தருணம். மனதின் இன்னொரு விஸ்தரிப்பு. இதனால் தத்தளிப்பு, திண்டாட்டம் போன்ற கலவையான உணர்ச்சிகள். கடினமான உணர்வுகள், கொந்தளிப்புகள் கிட்டத்தட்ட நான்கு முதல் ஐந்து நாட்கள் வரை அதே மனநிலை.

திடிரென ஒரு நாள் இரவில் படுக்கும் போது முதுகு தண்டின் கீழே ஒரு இனம் புரியாத கூச்சம் போன்ற ஒரு உணர்வு. (ஒரு கொழ கொழ போன்ற, கூழ் போன்ற உணர்வு) வலி மாதிரியும் இல்லை. ஆனால், தொடர்ந்து ஒரு அசெளகரியம். இரவில் அதிகமாக இருந்தது. தூங்குவதற்கு கண்களை மூடியதும், உள்ளே ஒரு ஊதாநிற ஒளி. முதன்முதலாய் உள்ளே ஒரு ஒளி. அது

என்னவென்றே தெரியவில்லை. பின் வெண்மை நிற ஒளிகள் பல பல விதங்களில், பல பல வடிவங்களில் உள்ளே தோன்றியது. எனக்குள் ஆச்சரியம். அட! நன்றாக இருக்கிறதே என்று தொடர்ந்து அதை கண்களை மூடி பார்த்துக் கொண்டே இருக்கிறேன். தொடர்ந்து கண்களை மூடும் போதெல்லாம் அதைப் பார்த்துக் கொண்டே இருக்க வேண்டும் என்று தோன்றுகிறது. இதன் மேல் உள்ள கவனத்தில், எனக்குள் ஏற்பட்ட பயங்கள் காணவில்லை. ஒரு விதமான பாதுகாப்பான உணர்வு ஏற்பட்டது. அமைதியாக உட்கார்ந்து கண்களை மூடி ரசிக்க வேண்டும் என்ற உந்துதல் ஏற்பட்டுக் கொண்டே இருக்கிறது.

இதில் குடும்ப பொறுப்புகள், அமைதிக்கு எங்கே செல்வது? வெளிப்புற இரைச்சல், இப்பொழுது எல்லாமே தொந்தரவாக தெரிகிறது. அப்போது, அதிகாலை 4:00மணி அளவில் மொட்டை மாடியில் அமரலாம் என்று தோன்றியது. அதிகாலை நேரமாக இருந்தாலும், இருட்டாகவே இருந்தது. ஆனாலும் பயம் ஏற்படவில்லை. ஒருவித அமைதி, ஒருவித ஏகாந்தம். நிலா இருந்த வானம். ஒரு துணியை விரித்து அமர்ந்து கண்களை மூடி மறுபடியும் வெள்ளை, நீலம் கலந்த நடனம் உள்ளே! ஒருவித சந்தோஷம், ஏற்கனவே தெரிந்த விஷயம் மாதிரியான அனுபவம், இப்படியே சென்றது. தொடர்ந்து ஐந்து நாட்கள், இரவுபகல் தூங்கவில்லை. ஆனால், உடலும் மனமும் சோர்வடையவில்லை. புதுமையான அனுபவம் ஆச்சரியம்! வித்தியாசமான மனநிலை.

ஒரு சமயம் தோன்றியது, இது எல்லாம் என்ன? என்ன நடக்கிறது எனக்குள்ளே? ஏன்? அந்தச் சமயத்தில்தான் Google செய்து பழகி இருந்தேன். எப்படி தேடிப் பார்ப்பது என்று புரியவில்லை. எனக்குள் ஏற்பட்ட ஒன்று, இரண்டு மாற்றங்களை வைத்து Google செய்து பார்த்தேன். அதற்கு ஒரு பெயர் குறிப்பிடப்பட்டு இருந்தது. அது Spiritual awakening (ஆன்மீக விழிப்படைதல்) அப்படி என்றால் என்ன? என்று மேலும் தெரிந்து கொள்ள தொடர்ந்து வாசித்துப் பார்த்தேன். அதில் கூறிய அனைத்து விஷயங்களும் என்னுள் இருப்பதாக இருந்தது.

மேலும் Youtube மூலம் நிறைய ஆன்மீகத் தேடலை அதில் தொடர்ந்து கொண்டேயிருந்தேன். வீட்டு வேலைகள் முடிந்தவுடன் கண்களை மூடி அமர்வது (அதுதான் தியானம் என்று பின்னர் தெரிந்து கொண்டேன்) Youtubeஇல் ஆன்மீகச் சொற்பொழிவுகளை கேட்பதும் பார்ப்பதுமாக நாட்கள் சென்று கொண்டே இருந்தது. குண்டலினி சக்தி பற்றித் தெரிந்து கொண்டேன். அதுதான் என்னுள் எழும்பியுள்ளது என்று அறிந்து கொண்டேன். உடலில் மாற்றம். நான் தீவிர அசைவ பிரியை. அசைவம் சாப்பிடாமல் என்னால் இருக்க முடியாது. அந்த அளவிற்கு அசைவம் பிடிக்கும். ஒரு உறவினர் வீட்டு விசேஷத்திற்கு சென்று, அங்கு அசைவம் சாப்பிட்டு வந்தேன். என் வயிறு உப்பிவிட்டது. ஒரு கர்ப்பிணி பெண்ணின் வயிறு போல் ஆகிவிட்டது. இதுபோல் நடந்ததே இல்லை. ஒரே அசௌகரியம். என்னால் எதையும் சாப்பிட

முடியவில்லை. சரியென்று, இரண்டு வேளை உணவைத் தவிர்த்தேன். பின் சரியாகிவிட்டது. ஒருவேளை வெளி சாப்பாடு சேரவில்லை போல் என்று எண்ணி அடுத்த முறை நானே, வீட்டில் சமைத்து சாப்பிட்டேன். மீண்டும் அதே நிலை. சாப்பிட்டு சங்கடப்படுவதற்கு பதில், சாப்பிடாமல் விட்டு விடலாம் என்று தோன்றியது. அசைவம் சாப்பிடாமல் உயிர் வாழ்வதா? நினைத்தாலே தலை சுற்றியது. நானா? என்று இன்று நினைத்தாலும் சிரிக்கத் தோன்றும். வேறு வழியில்லை. ஆனாலும் தீர்மானம் நிறைவேற்றப்பட்டு விட்டது. அசைவத்தை நிறுத்தி, இன்றோடு 10 ஆண்டுகள் ஆகிவிட்டது. குண்டலினி, அதன் வேலையை சிறப்பாகச் செய்துவிட்டது.

அடுத்து, **மனம்**. நாட்கள் செல்ல செல்ல மனதில் ஒரு வெறுமை, அது தனிமையை விரும்புகிறது. வேறு ஏதோ வேண்டும் என்பது போல் ஒரு அலைபாய்தல் (Mood Swings) . சில சமயம் அமைதி, சில சமயம் காரணம் அற்ற கோபம், சில சமயம் வெறுமை, சில சமயம் சலிப்பு, சில சமயம் சந்தோஷம். இவ்வாறு மனம் மாற்றி மாற்றி என்னை அலைக்கழிக்கிறது.

இருந்தும், தொடர்ந்து தியானம், Youtube பார்த்துக்கொண்டே இருக்கிறேன். எனக்கான கேள்விகளுக்கு யார் பதில் சொல்வார்? எனக்கான தேடலுக்கு எந்த இடத்தில் பதில் கிடைக்கும்? சில சித்தர் கோவில்களுக்குக் கூட சென்று பார்த்தேன். ஒரு மாற்றமும் இல்லை. என் ஜாதகத்தை,

ஜோசியரிடம் கூட காண்பித்தேன். ஒரு திருப்தியான பதிலும் இல்லை.

மனம் கேள்விகளால் நிரம்பி வழிகிறது. இத்தனை களேபரத்திலும், நான் செய்த ஒரே நல்ல காரியம் யாரிடமும் இந்த மாற்றத்தைப் பற்றிக் கூறாததே, கண்டிப்பாக நான் கூறும் விஷயங்கள் புரியப்போவது இல்லை. நான் விமர்சனத்திற்கு உள்ளாக்கப்படுவேன் என்று புரிந்தது. அதனால் வெளியில் செல்வதைத் தவிர்த்தேன்.

கலகலப்பாகப் பழகும் சுபாவம் கொண்ட பெண் நான். யாரிடமும் பழக மறுத்தேன். யாரிடமும் எந்த பிடித்தமும் இல்லை. கிட்டத்தட்ட இரண்டு வருடம் வீட்டிலேயே இருந்தேன். மேல் தளவீடு, கீழ்தளத்திற்கும்கூட செல்லவில்லை. ஆனாலும், நான் தியானம் செய்வதை விட்டுவிடவில்லை. தியானம் செய்வது ஐந்து முதல் பத்து நிமிடங்கள் வரைதான். அதற்கு மேல் என்னால் உட்கார முடியவில்லை. தூக்கத்தில் ஆழ்த்திவிடும். அந்த தூக்கம் சாதாரண தூக்கம் அல்ல. அது ஒரு விதமான தவிர்க்க முடியாத ஆழ்ந்த மயக்கம் தருகின்ற கட்டாய தூக்கமாக இருக்கும். அப்படியே தூங்கி விடுவேன். அதிகபட்சம் அரைமணிநேரத் தூக்கமாக இருக்கும். பின் எழுந்தவுடன் புத்துணர்ச்சியாக இருக்கும். மனதில் எழும் சில கேள்விகளுக்கு தானாகவே பதில் கிடைக்கும். தானாகவே பதிவிறக்கம் செய்தாற் போல (Just like downloaded) இருக்கும். ஒவ்வொரு முறையும் இதுவே நடந்தது. ஒருவித பாடம் கற்றல் அல்லது ஞாபகப்படுத்தல்

போன்று இருக்கும் (teaching or remembering myself) . வாழ்க்கை என்றால் என்ன? மாயை என்றால் என்ன? கர்மா என்றால் என்ன? போன்ற பாடங்கள், என்னால் நன்றாக உள்வாங்க முடிந்தது. வெறுமனே உட்கார்ந்து இருந்தால் போதும், உள்ளுக்குள் பாடம் ஓட ஆரம்பிக்கும். சந்தேகமே ஏற்படாத தெளிவான உண்மைப்பாடங்கள்.

அதற்காகவே தனிமை வேண்டி இருந்தது. தொடர்ந்து Mood swings இருந்தது. இன்னும், இன்னும் தெரிந்து கொள்ள வேண்டும். இது போதாது என்பது போன்ற மனநிலை. தொடர்ந்து தேடல் இருந்து கொண்டே இருந்தது. தேடல்! தேடல்! தேடல்!

நான் வாசித்த புத்தகங்களுக்கு அளவே இல்லை. தமிழ் மற்றும் ஆங்கிலம் இரண்டு மொழிகளிலும் வாசித்த புத்தகங்கள் ஏராளம். வாசிக்கும்போது பொறுமையுடன், உள்ளார்ந்து வாசிக்கும் தன்மை என் இயல்பிலேயே இருந்தது. புத்தகத்தில் உள்ள கருத்துக்களை கிரகிக்க மட்டுமே முற்படுவேன். வாசிக்கும் போது அதனை என் நிலையுடன் கற்பனை செய்வது இல்லை. என் அனுபவத்தில் வராத விஷயங்கள் எனக்கு புரியவில்லை. நிறைய புரிதல்கள், நிறைய குழப்பங்களும் இருந்து கொண்டே இருந்தது.

சில விஷயங்கள் புத்தகங்கள் வாசிக்கும்போது உறுதி (Confirmation) செய்து கொள்வேன். நான் ஆன்மீகப் புத்தகங்களைத் தேடித் தேடி வாசிக்க ஆரம்பித்ததே நான் போகும் பாதை சரியானதா?

நான் உணரும் விஷயங்கள் சரியானதா? என்று சரி பார்த்துக் கொள்ளவே!

அஷ்டாங்க யோகத்தில் கூறியுள்ள எட்டு படிகளை நான் என்னை அறியாமலே பின்பற்றிக் கொண்டிருந்தேன். பின்னர், இதனைப் பற்றிப் படித்துப் பார்க்கும் பொழுது ராஜயோகப் பாதையில் உள்ளவற்றைதான், நான் செய்து கொண்டு இருப்பதை உணர்ந்தேன்.

அடுத்து **சுயபரிசோதனையில்**, எண்ணங்கள் - இந்த எண்ணங்கள் ஒரு கட்டத்தில் எனக்கு பெரும் தொந்தரவாக மாறியது. கடந்து, முடிந்து போன விஷயங்கள், எண்ணங்களாக வருவதை நான் விரும்பவில்லை. என்ன செய்வது? என்று சிந்திக்கும்போது மந்திரம் சொல்லத் தோன்றியது.

அடுத்த கட்ட நடவடிக்கை மந்திரத்தை மனதிற்குள்ளேயே விடாமல் உச்சரித்துக் கொண்டே வேலைகளை பார்ப்பது. எப்போதும் மந்திரம் தான். ஒரு கட்டத்தில் மந்திரமும் தொந்தரவாக மாறியது. சும்மா இருக்கும்பொழுது கூட மனம் தானாக மந்திரத்தை உச்சரிக்க ஆரம்பித்து விடும். அடக்கடவுளே! மனம் மந்திரத்திற்கு அடிமையாகி விட்டது போல் தோன்றியது. பின் மந்திரத்தை மனதைக் கொண்டே அடித்து நிறுத்தினேன். போதும். என் மனம் ஒருமைப்பட்டு விட்டது. இப்போது அமைதி மட்டுமே நான் உணர வேண்டும். மந்திர கீதம் அல்ல என்று ஒவ்வொரு தடவையும் திரும்பத் திரும்ப மனதிற்கு விடாமல் சொல்லிக் கொண்டே

இருந்து, தியானத்தில் அமர்ந்து விடுவேன். இப்பொழுது எண்ணங்கள் குறைந்து, மந்திரங்கள் நின்று, கண்களை மூடினால் ஆக்ஞாவில் மட்டுமே கவனம். 5-10 நிமிடங்களில் தூக்க நிலை, பல உணர்தல்கள். இப்படியே இரண்டு வருடங்கள் ஓடிவிட்டது. மெதுவாக உடல் உபாதைகள், Mood Swings எல்லாம் மாற்றம்பெற்று, உடலும், மனமும் ஒருநிலைப்பட்டுவிட்டது. ஒருநிலைப்பட்டாலும் தேடல் நிற்கவில்லை. மீண்டும் தேடல்...... அடுத்து என்ன?

சதா சர்வ காலமும் ஆன்மீகச் சிந்தனையே! அடுத்து என்ன? இது என்ன? அது என்ன? என்ற கேள்விகளுக்கு மத்தியில், உதவி வேண்டி எனக்குத் தெரியாத சக்தியிடம் பிரார்த்தனை. **பிப்ரவரி 2017** ஆம் வருடம் வழக்கம் போல youtubeஇல் வெவ்வேறு ஆன்மீகக் காணொளிகளை Scroll செய்து பார்த்துக் கொண்டிருந்தேன். திடீரென BindazBoy channel கண்ணில் பட்டது. உள்ளே சென்று பார்க்கலாம் என்று தோன்றியது. சில காணொளிகளை கேட்டேன். சிலதை Scroll செய்து பார்த்தேன். என் வாழ்க்கையைப் புரட்டிப் போடும் சம்பவங்கள் இனிதான் ஆரம்பம் என்று அப்பொழுது தெரியாது.

# Bindaz Boy - ஓர் அறிமுகம்

அன்று பிப்ரவரி 1/02/2017 Bindaz Boy காணொளியில் மூன்று அல்லது நான்கு காணொளிகள் மட்டுமே கேட்டிருப்பேன். எனக்குள் ஒரு உணர்வு. ஆழமான உணர்வு இவர் தான். இவர் மட்டும்தான். என் கேள்விகளுக்குச் சரியான விடைகளைத் தர முடியும். தயக்கமே தோன்றவில்லை. இவரிடம் என்ன கேள்விகள் வேண்டுமானாலும் கேட்கலாம், பேசலாம் என்று தோன்றியது.

அவரது Youtube, Comment பிரிவில் வந்திருந்த கமெண்ட்களை வாசித்துப் பார்த்தேன். உங்கள் குரல் நன்றாக இருக்கிறது, அப்படி, இப்படி போன்ற இதே ரீதியில் கருத்துப் பதிவுகள். அப்பொழுதுதான், அவரின் குரலை மீண்டும் கேட்டுப் பார்த்தேன். ஓஹோ நன்றாகத்தான் இருக்கிறது போல, என்று மட்டும் தான் தோன்றியது. ஆனால், என் கவனம் முழுவதும் அவரின் ஆன்மீகப் பேச்சில். எனக்கான பதிலில்.

எப்படி அவரை அணுகுவது என்ற அடுத்த கட்ட யோசனை. தொடர்பு எண் கூட இல்லை. வேறு எவ்வாறு என்று யோசிக்கும் பொழுது Hangouts என்ற App மூலம் தொடர்பு கொள்ளலாம் என்று தோன்றியது. அதில் Bindaz Boy என்றவுடன் ஒரு Id காண்பித்தது. அதில் எனது முதல் Message, Hi brother தான். எனக்கு நிறைய சந்தேகங்கள், கேள்விகள் இருப்பதாகவும், அதற்கு விடையளிக்க முடியுமா? என்று கேட்டு இருந்தேன். பொறுமையாக அவரின் பதிலுக்காகக் காத்திருந்தேன். பதில் வந்தது. Hiஎன்றும், Yesஎன்றும் Whatsappஇல்தொடர்பு

கொள்ளச் சொன்னார். தொடர்பு எண் கேட்டேன். கொடுத்தார். அவரிடம் ஒரு கோரிக்கையுடன்தான் கேள்விகள் கேட்கவே ஆரம்பித்தேன். "அவரின் பதில் எனக்கு திருப்தி அளிக்க வேண்டும் இல்லை என்றால் பதிலை ஏற்றுக்கொள்ளமாட்டேன்" என்று கூறியே கேள்விகள் கேட்கத் தொடங்கினேன். அவரும் சரி என்றார். Whatsappஇல் ஆரம்பித்தது கேள்வி கணைகள். தொடர்ந்து, 24 நாட்கள் காலை 9:00 மணிக்கு ஆரம்பித்து இரவு 9 மணி வரை மனசில்லாமல் கேள்விகளை முடிப்பேன். எனது கேள்விகள் அனைத்திற்கும் பொறுமையான ஆழமான பதில்களாக அவரிடம் இருந்து வந்தன. அந்த பதில்கள் எனக்குள் ஒரு நிறைவை ஏற்படுத்தி திரும்ப அதனைப் பற்றின சந்தேகங்களாகக் கூட எழும்பவே இல்லை. ஒரு மாதிரியான நிறைவுத்தன்மை.

அவருக்கும் பதில் கூற அலாதி ஆர்வம் என்றுதான் கூற வேண்டும். கேள்வி கேட்கும் நபர், கேள்விகள் மற்றும் கேள்வியின் தன்மை, பதில் கூறுபவரின் ஆர்வத்தைத் தூண்டுவதாக அமைய வேண்டும். அது, அவர்களின் உள்தன்மையை ஆழத்திலிருந்து கிளறுவதாக இருக்க வேண்டும். பொதுவாக, ஆன்மீகத்தில் இந்த நிலைப்பாடு ஏற்பட வேண்டும்.

அவ்வாறு நான் கேட்ட கேள்விகள் அவரின் உள்தன்மை, பொதிந்துள்ள Consciousness (உணர்வுறுநிலையை) வெளிப்பட செய்வதாக இருந்தது என்று தான் கூற வேண்டும். அதை அவரும்

பின் நாளில் கூறினார். கேள்வி கேட்கும் முன் பொதுவான personal அறிமுகம் நடந்தது. என் பெயரை Hangouts Appஇல் பார்த்ததும் எனக்குள் ஏற்பட்ட அதே உணர்வு அவருக்கும் ஏற்பட்டதாகப் பின்னர் ஒரு முறை கூறினார். ஒருவிதமானConnectivity. அதைத் தாண்டி எனது தனிப்பட்ட வாழ்க்கை பற்றியோ அல்லது அவருடைய தனிப்பட்ட வாழ்க்கை பற்றியோ கருத்துப் பரிமாற்றம் தேவைப்படவில்லை. இன்றைய 10 ஆண்டுகளாக அது தொடர்கிறது. தனிப்பட்ட வாழ்க்கை பற்றின பரிமாற்றத்திற்கு அவசியமும் இல்லை. அவரவர் கர்மவினைப்படி அது நடந்து கொண்டு இருக்கிறது. ஆன்ம முன்னேற்றம் மட்டுமே முக்கியம் என்பதால் இன்று வரை அது தொடர்கிறது.

தொடர்ந்து கேள்விகள் அவரிடம் கேட்கப்பட்டது. கிட்டத்தட்ட ஏப்ரல் மாதத்தில் கடைசி நாட்கள் வரை கேள்வி - பதில் பரிமாற்றத்தில் எனது ஆன்மீக வாழ்க்கை ஒளி பெற்றது. அவரது பதில்கள் எனது அறியாமையை விலக்கியோ அல்லது மறந்துபோன விஷயங்களை ஞாபகப்படுத்தியோ அல்லது அவரது Consciousness (உணர்வுறுநிலைகளை) பகிர்ந்து அளித்தோ எனக்குள் அதே Consciousness நிறைவதை உணர்ந்தேன். எனது சந்தேகங்கள் முற்றிலும் விலகி, ஒரு தெளிவு கிடைத்தது. (We are in shared Consciousness).

அவரிடம் ஜோதிடமும் (Astrology) கற்றுக் கொண்டேன். குறுகிய காலத்தில் மிக தெளிவாக அடிப்படையான ஜோதிடத்தைக் கற்றுக்

கொடுத்தார். அதைக்கொண்டு, வாழ்வில் ஏற்படும் சம்பவங்களுக்கு, தற்காப்பு நடவடிக்கை மற்றும் பாதிப்புகளை ஏற்றுக் கொள்ளும் தன்மையும் வளர்த்துக் கொள்ள எனக்கு உதவியது. இவையெல்லாம், என் பக்கத்தில் உள்ள தேவைகளுக்கும், தீர்வுகளும் அவர் அளித்த பங்கு என்று கூறலாம். அவர் பக்கத்தில் உள்ள தேவைகளுக்கு என்னால் என்ன முடியுமோ செய்து கொடுத்திருப்பேன் என்று நம்புகிறேன். இவையாவும் என் அனுபவங்கள். அவர் பக்கத்து அனுபவங்கள் அவருக்குரியது. இருப்பினும் அந்த ஆரம்ப காலகட்டத்தில் நடந்ததால் இந்தப் பகுதியை மட்டுமே சொல்ல முடியும்.

எனது கேள்விகள், அவரது பதில்கள், இதன் மூலம் நடந்த பரிமாற்றங்கள் (SharedConsciousness) ஆகமாறி, இருவரையும்ஆன்மீகத்தின் அடுத்த கட்டத்தை நோக்கி நகர்த்தியது.

போதும் BindazBoyயுடனான இணைப்பு. கேள்விகள் முடிந்துவிட்டன என்று தோன்றும்போதெல்லாம், அடுத்தஆன்மீகம் சம்பந்தப்பட்ட விஷயங்களைப் பற்றிப் பரிமாற்றம் செய்து கொள்ளும்படி செய்துவிடும். இது ஒருமுறை அல்ல, பலமுறை அல்ல இன்றைய ஏழு வருட காலமாகத் தொடர்கிறது. (The universe is always working for both of us to stay together) என்றுதான் சொல்ல வேண்டும்.

அந்த 2017ஆம் ஆண்டு, முதல் மூன்று மாதங்கள் சுமூகமாகச் சென்றது, எங்கள் ஆன்மீகப் பயணம். காலம் அதன் வேலையை சரியாகச்

செய்ய தொடங்கியது. நிறைய கருத்து மோதல்கள் ஏற்படும். உணர்வுகள், உணர்ச்சிகள் நிறைய தூண்டப்படும். தன்மை மாற்றத்திற்காக (Character Building) வேலை செய்ய அடுத்தகட்ட நடவடிக்கை ஆரம்பித்துவிட்டது என்றுதான் கூற வேண்டும்.

நிறைய கருத்து வேறுபாடுகள், எனக்குள்ளே இருக்கும் உணர்வுகள், உணர்ச்சிகள் அனைத்தும் ஒவ்வொரு விஷயத்திலும் வெளிப்பட்டு அதனை சரிப்படுத்த வேண்டிய கட்டாயம்.

கோபம், பயம், சந்தோஷம், துக்கம், ஆளுமைத் தன்மை, Possessiveness, நம்பிக்கைஉடையும் தன்மை, வார்த்தைகளைப் பயன்படுத்தும் தன்மை, ஒத்துப்போக மறுக்கும் தன்மை, ஏற்றுக்கொள்ள முடியாமல் தடுமாறும் தருணங்கள், உணர்வுரீதியான பற்றுதல் அல்லது சார்ந்திருத்தல், கடுமை மிகுந்த உண்மைகள், நிதர்சனமான உண்மைகள், மாற்றங்கள், எத்தனை எத்தனை உணர்ச்சி கொந்தளிப்புகள்? அவருடைய நிலை தெரிந்தும் தெரியாமலும் என் உணர்வுகளையும், உணர்ச்சிகளையும் பண்படுத்த நடந்த நிகழ்வுகள் அதிகம். அத்தனை உணர்வுகள், உணர்ச்சிகளை சமன்படுத்தி மனம் சமநிலைக்கு வந்து, பின் நாட்களில் அது "உங்கள் ஆன்மீகப் பயணம்" என்ற புத்தகமாக வெளிவருவதற்கும், நான் அந்த நிலைகளை அடைவதற்கும் கடந்து வந்த பாதை கடுமையானது.

கடுமையான சூழ்நிலைகளை ஏற்படுத்தும் வேலை அவருடையது. அதில் சிக்கி, பின் தெளிவடைந்து வருவது என் வேலை என்பது

வாடிக்கையாகவே ஆகிவிட்டது. சின்ன Task அதை முடித்து வெளிவந்தால், மற்றொன்று, அதை சரி செய்து வெளி வந்தால், மற்றொன்று காத்திருக்கும். இவ்வாறு உள்தன்மை தூய்மையாக மாறும் வரை, என் வாழ்வில், உணர்வில், உணர்ச்சியில் விழும் சலசலப்புக்கு பஞ்சமே இல்லை.



ஷோபா ராம்

வாடிக்கையாகவே ஆகிவிட்டது. சின்ன Task அதை முடித்து வெளிவந்தால், மற்றொன்று, அதை சரி செய்து வெளி வந்தால், மற்றொன்று காத்திருக்கும். இவ்வாறு உள்தன்மை தூய்மையாக மாறும் வரை, என் வாழ்வில், உணர்வில், உணர்ச்சியில் விழும் சலசலப்புக்கு பஞ்சமே இல்லை.

# இரட்டை ஆன்மாக்களின் ஆன்மீகப்பயணம்
## (Twin Flame Journey)

ஒரு ஆன்மா இரண்டு ஆன்மாவாக தனித்தனியே பிரிந்து இரு வேறு உடல்களில் இருப்பது இரட்டை ஆன்மாக்கள். இதை Twin Flame என்று ஆங்கிலத்தில் அழைக்கிறார்கள். உணர்வுரீதியான பிணைப்பு, மனித மட்டத்தில் இது செயல்படக்கூடியது அல்ல. Bindaz Boyயைத் தொடர்பு கொள்ளும் முன்போ அல்லது வேறு யாரிடமும் இந்த உணர்வு எனக்கு ஏற்பட்டதில்லை. ஏற்கனவே பழகிய உணர்வு. புதியவராக, பழக தயக்கமான போன்ற எந்தவித எதிர்மறை உணர்வும் தோன்றவில்லை. இயல்பான பிணைப்பு.

ஒரு ஆன்மா, அதிகமான உணர்வு, உணர்ச்சிரீதியிலான மிச்சத்தைக் கடந்துவர வேண்டியுள்ளது. அதற்கு பக்குவப்பட்ட ஆன்மாவாக இன்னொரு ஆன்மா செயல்பட்டு, தன் நிலைக்கு அதனை அழைத்து, மீண்டும் ஒரே ஆன்மாவாகத் திரும்ப வேண்டும். இந்தச் செயல்பாட்டில் இரண்டு ஆன்மாக்களுக்குமே படிப்பிணை நிறைய உண்டு.

முழுமையடைதல் (Completion) உணர்வுரீதியாக இருவருக்குமே ஏற்பட வேண்டும், சூட்சமமாக மிச்ச பதிவுகள் அழிக்கப்பட வேண்டும். சில சமயங்களில் இந்த Twin Flame Concept இன்னும் எனக்குப் புரியாததே! அறிவை கொண்டு அணுகினால் ஒன்றுமே புரிபடுவதில்லை, இருப்பினும் இந்த Twin Flame Journey மற்றவர்கள் பார்வையில் எவ்வாறு இருக்கிறது என்று தெரியவில்லை. ஆன்மீகத்தேடலை மட்டுமே கவனத்தில் கொள்ள வேண்டியதே பிரதானம்.

இல்லையென்றால் திசைமாறி போகும் வாய்ப்பு அதிகம். இது ஒரு கடினமான ஆன்மப்பயணம்.

உணர்வு, உணர்ச்சிகள், மனிதப்பிணைப்புகள், ஆகியவற்றை சூட்சமமாக உடைத்தெறியக்கூடிய பயணம். எப்பொழுதும் கருத்து வேறுபாடும், மோதலுக்குப் பின், ஆன்ம வளர்ச்சிக்கு உதவும் விஷயமாக மாறிப் போவதுமாக இன்று வரை உள்ளது.

ஆன்ம முன்னேற்றம் மட்டுமே பிரதானமாக இருக்க, இந்தப் பாதையை விரைவில் கடக்க முடிந்தது.

என் அனுபவத்தில் இது வலி நிரம்பிய பாதை. இந்த Twin Flame Relationship விட்டு ஓடினால் போதும் என்று நினைக்காத நாளில்லை இன்று வரை. ஆனால் அவர் என்ன நிலையில் இருந்தார் என்று நான் கவலைப்படுவதில்லை. எனக்கு கொடுக்கப்பட்ட சூழ்நிலையை எவ்வாறு கையாண்டு வருகிறேன் என்பதை மட்டுமே கருத்தாகக் கொண்டதால், இன்றுவரை முன்னேறி வர முடிகிறது.

என் அனுபவத்தில் இந்த Twin Flame Relationship பல பல அனுபவங்களுக்குப் பின்னும், பல பல போராட்டங்களுக்குப் பின்னும், இது மனித மட்டத்தில் செயல்படும் விதமாக இல்லாமல் தெய்வீக நிலையில் இது காப்பாற்றப்பட்டு வருகிறது. எனக்குத் தெரிந்து இந்த Relationshipஐ எண்ணற்ற முறைகள் உடைத்தெறிய மட்டுமேசெய்து

இருக்கிறேன். ஆனால் இன்று வரை உடைத்தெறிய முடியவில்லை. அதிகபட்சம் எட்டுமாத காலம் மட்டுமேBindaz Boyயிடம் இருந்து எவ்வித தொடர்பும் இல்லாமல்இருந்திருக்க முடிந்தது. மீண்டும் ஆன்மீகத் தொடர்பு எவ்விதத்திலாவது ஏற்பட்டுவிடும். இந்த எட்டுமாத காலமும் என் ஆன்மீக முன்னேற்றத்திற்கான காலமாக இருந்தது. பின்னாளில் நான் எழுதப்போகும் "உங்கள் ஆன்மீகப் பயணத்திற்கு" என் தன்மை மாற்ற (Transformation) அனுபவமாக மாறி நின்றது.

**இந்த** Twin Flame Relationship அனைவருக்கும் உரியது அல்ல. அது அப்படி செயல்படுவதும் இல்லை. ஒரு ஆன்மா இருவேறு உடல்களில் இருந்தாலும், அதற்கு உண்டான கர்மவினையை கழித்தே ஆக வேண்டும். இரு ஆன்மாவாகப் பிரிந்தவை, தன்நிலை உணர்ந்து, ஆன்ம முன்னேற்றம் அடைந்து, ஒரே ஆன்மாவாக இணைய வேண்டும். அதற்கு சுதந்திரமான தன்னிச்சையான செயல்பாடுகள் என்று எல்லாம் கொடுப்பதே இல்லை. நடந்தே ஆக வேண்டும் என்ற உந்துதல் மட்டுமே பெறப்படும்.

அதற்காக மேற்கொள்ளப்படும் வாழ்க்கைப்பாடம் மற்றும் ஆன்மீகப் புரிதல்கள் ஏராளம். மிகவும் கடுமை மிகுந்ததும் கூட.

இரு ஆன்மாக்களும் உணர்த்தப்படும் யாவையும் சூட்சமம் நிறைந்தவை. இதற்கு வெளியுலக வாழ்க்கையோ, ஸ்தூலமான விளக்கமோ தேவைப்படுவதில்லை. விரும்பினாலும், விரும்பாவிட்டாலும் ஓடி ஒளிந்தாலும் இது

விடுவதில்லை. தொடர்ந்த ஆன்மீகப்பயிற்சி சுயபரிசோதனை, தன்மைமாற்றம் இவையே பிரதானம்.

ஒருவழியாக Twin Flame Relationshipக்கு எதிர்ப்புக் காட்டாமல், 8வருடமாகப் பயணம் செய்து கொண்டு இருக்கிறேன். பாடம்தான் முடிந்தபாடில்லை. தொடர்ந்து கிடைத்துக்கொண்டே இருக்கிறது.

எனது உணர்வுகளை, உணர்ச்சிகளை, இன்னும் பதிவுகளாக நிற்கும் தன்மைகளை, நீக்குவதற்கு சீண்டல்கள் இருந்து கொண்டேயிருக்கும். அவரின் செயல்பாடுகள் தெரிந்தாலும், உள்ளார்ந்த மாற்றத்திற்குத் தயாராக இருந்தாலும், அவரிடம் நான் ஒத்துக்கொள்வதில்லை. இருப்பினும் அவர் சொல்வதைக் கேட்காமலும் இருந்ததில்லை. விழிப்புணர்வுடன் கூடிய "Ego" வேலை செய்யும். எதிர்ப்பு காட்டுவது இல்லை என்றாலும் ஆன்மீகப் புரிதல்கள் மற்றும் வழிகாட்டுதல் பெயரில் இந்தப் பயணம் தொடர்ந்து நடந்து கொண்டிருக்கிறது.

இந்த TwinFlame Relationship பற்றி BindazBoy Channel வழி நிறைய பேசியாகிவிட்டது. இன்னும் மோதல்கள் அல்லது வாக்குவாதம் என்று சொல்லும் அளவுக்கு இல்லை என்றாலும் சில மென்மையான முரண்பாடுகள் இருந்து கொண்டு தான் இருக்கிறது.

# குருவின் அவசியம்

Bindaz Boy - அவர் எனக்கு குரு அல்ல. அவரை இன்று வரை அவ்வாறு நினைக்கத் தோன்றவில்லை. என்னைச் சீர்படுத்த, என்னைத் தூண்ட, என்னை உச்சக்கட்ட உயர்நிலை மாற்றத்திற்குத் தள்ளும் ஒரு உந்து சக்தி. ஒரு சிறந்த வழிகாட்டி.

அன்பின் பல்வேறு பரிமாணங்களை பகிர்ந்து கொண்டவர். அவரை குருவாக உருவகப்படுத்த தோன்றவில்லை. முயற்சி செய்தாலும் முடியவில்லை. ஆனால், என் தேடல் தொடர்ந்தது. நிறைய பயிற்சி முறைகள், நிறைய புத்தகங்கள், பிராணிக் ஹீலிங் எவ்வளவோ கற்றுக் கொண்டேன். ஆனாலும், ஒரு நிறைவுத்தன்மையை உணரமுடியவில்லை. இத்தனை செயல்பாடுகளும் சரி, 2014 முதல் 2020 வரை, கிட்டத்தட்ட ஏழு ஆண்டுகள் சூட்சமத்தை நோக்கியப் பயணம் செய்வதற்கு ஒரு தயார் நிலை என்றுதான் பின்னர் உணர்த்தப்பட்டது.

இந்தத் தேடலில் ஒரு எட்டு மாத காலம் Bindaz Boyயுடன் எந்தத் தொடர்பும் இல்லாமல் மறைந்து விட்டேன். இந்த எட்டு மாத காலத்தில் எனக்குள் நிறைய மாற்றங்கள். பெருமளவு உணர்வுகள், உணர்ச்சிகள் அனைத்தும் என் கட்டுப்பாட்டிற்குள் வந்திருந்தன. Bindaz Boy யுடன் ஏற்பட்ட கருத்து மோதல்களில் தெளிவு, நிறைய ஏற்றுக்கொள்ளும் தன்மை கிட்டத்தட்ட ஒரு பக்குவமான நிலைப்பாடு.

இத்தனை மாற்றங்களுடன், தெளிவுகளுடன், ஆன்மீகப் புரிதலுடன் நான் நிரம்பி வழியும் ஏரிபோல்

இருந்தேன். இனி தொடர்ந்து நிரப்பவும் முடியாது. ஒன்று இந்த நிலை மற்றவர்களுக்குப் பயன்பட வேண்டும் அல்லது காலி செய்ய வேண்டும்.

தேங்கி, நிரம்பி நிற்கும் பொழுது, என்ன செய்வது என்று தெரியாமல் கண்ணீர் விட்டு கதறிக் கொண்டிருந்தேன். எனக்கு ஒரு குரு வேண்டுமென்று தோன்றியது. என்னை அடுத்த நிலைக்கு எடுத்துச் செல்ல குரு அவசியமென்று உணர்த்தப்பட்டது. எனக்குத் தெரிந்தது எல்லாம் Bindaz Boy மட்டுமே. வேறு வழி இல்லை. அவரிடமே கேட்போம் என்று எட்டுமாத கால இடைவெளிக்குப்பின் ஒரு செப்டம்பர் மாதம் 2020 ஆண்டு என்று நினைக்கிறேன். மீண்டும் அவரை தொடர்பு கொண்டேன்.

நான் எட்டுமாத காலத்தில் சூட்சமத்திற்கு தயாராக இருந்தேன். அவரோ எட்டுமாத காலத்தில் சூட்சம நிலைகளில் பயணம் செய்து கொண்டிருப்பதாகக் கூறினார். அப்பொழுதும், நான் அவரிடம் சிறிது எதிர்ப்பு (ஈகோ) போல் காட்டிக் கொண்டேன்.

அப்போது அவர் சொன்னது சகஜமார்க்கம் (Sahaj marg) இன்றைய இதய நிறைவு தியானத்தைப் (Heartfulness medatation) பற்றின விஷயங்களை. முதலில் எதிர்ப்பதை போல் காட்டினாலும் கவனமாகக் கேட்டுக்கொண்டேன். லாலாஜி மற்றும் பாபூஜி பற்றிக் கூறினார்..

"நித்திய சத்தியம்" என்று லாலாஜியின் புத்தகத்தை எனக்கு அனுப்பி வைத்தார். அதை

வாசிக்கும்போது அவ்வளவு தெளிவு. இதுதான் நான் தேடிய பாதை என்று தோன்றியது. எப்பொழுதும் எனக்குள் ஒரு எண்ணம் உண்டு. எதற்கு இந்த ஆன்மீகப் பாதை கடினமாக இருக்கிறது? எளிமையாகக் கடவுளை அடைய முடியாதா? என்ற எண்ணம் குண்டலினி தியானம் செய்யும் பொழுதெல்லாம் தோன்றும். அந்த எளிமையான பாதை இதுதான் என்று சந்தேகமின்றி தோன்றியது.

பாபூஜி பற்றிப் படித்தேன். முதலில் பாபூஜியை விட லாலாஜிதான், அதிக ஈர்ப்பை ஏற்படுத்தினார். பாபூஜி மேல் பெரிதாக ஈடுபாடு ஏற்படவில்லை. பொறுமையாகப் படிக்க படிக்க, இவர்கள்தான் என்னை அந்த இறுதி இலட்சியத்தை நோக்கி அழைத்துச் செல்ல போகிறார்கள் என்று உறுதியாக தோன்றியது.

Bindaz Boy யிடம் மெதுவாக அந்தப் பாதைக்கு என்னை அழைத்து செல்லக் கேட்டேன். கொஞ்சம் ஈகோ இருந்தது. இருந்தாலும் எனக்கு காரியமாக வேண்டும். அப்போதுதான், Transmission (Pranahuti) பற்றித் தெரிந்து கொண்டேன். ஆனால், அனுபவம் ஏற்படும்வரை புரியவில்லை.

அந்நிலையில் Bindaz Boy, அவரது சூட்சம அனுபவத்தை எனக்கு சொல்லி இருந்தார். எனக்கு புரிந்து. நான் அனுபவித்து தெரிந்து கொள்ளவில்லையென்றாலும், என்னால் அவற்றைத் தெளிவாக உணர முடிந்தது. இந்நிலையில் "என் மாஸ்டர்" என்ற புத்தகத்தை வாசித்து பாபூஜியின்

மீது அதீத நம்பிக்கை ஏற்பட்டு, அவரிடமே உதவி வேண்டி பிரார்த்தனை செய்தேன்.

இந்நிலையில் Bindaz Boy, பாபூஜியுடன், ஒன்றாகக் கலத்தல் (Merge) ஆகிவிட்டதாகக் கூறினார். அதாவது தன்னை பாபூஜியாகவே உணர்வதாகக் கூறினார். பாபூஜியின் தன்மை, பழக்க வழக்கங்கள் (Mannerism) போன்றவை தன்னிடம் வெளிப்படுவதாகக் கூறினார். அது தொடர்பான சில விஷயங்களைக் கூறினார்.

நான் அவரிடம் எனக்கு Transmission (Sitting) தருமாறு கேட்டேன். இரண்டு முறை தடங்கல் ஏற்பட்டது. பின் ஒரு மாலை நேரம், செப்டம்பர் 28/09/2020 அன்றுதான் முதல்Transmission.Bindaz Boy (பாபூஜி) யாகவே எனக்கு Transmission அளித்தார்.

முதல் Transmission (Sitting) பெரும் மாற்றத்தை உணர முடிந்தது. அந்த ஏழு வருட குண்டலினி தவத்தில் கிடைக்காத அனுபவம். என் உடல் முற்றும் தளர்வு அடைந்து விட்டது. உணர்வுகள், உணர்ச்சிகள் அனைத்தும் உள்ளார்ந்து சென்றதுபோல் இருந்தது. (Sitting) எடுத்துக் கொண்ட பல மணி நேரம் கடந்தும், அதன் விளைவு எனக்குள் இருந்தது. (எதிர்வினை) அதாவது (late reactions) என்று சொல்லும்படி, யார் என்ன பேசினாலும், என்ன கேட்டாலும், நான் தன்னிலை மறந்து, மெதுவாக அல்லது தாமதமாகப் பதில் அளித்து வந்தேன்.

Transmission (Sitting) தொடர்ந்து மூன்று நாட்கள் எடுத்துக்கொள்ள வேண்டும். எனக்கு Bindaz

Boy கிட்டத்தட்ட தொடர்ந்து இருபது, முப்பது நாட்கள்வரை அளித்தார். என்னுடைய உள்முக மற்றும் வெளிப்புற மாற்றங்களை, அன்றுமுதல் கையேட்டில் (Diary) குறித்துவர ஆரம்பித்தேன்.

மாஸ்டரின் அறிவுறுத்தலும் Diary எழுத வேண்டும் என்பதே. மூன்றாவது Sitting எடுத்துக்கொண்டபோது குறிப்பிட்ட சம்பவம் என் ஆன்மீக வாழ்வில் அடுத்த கட்டத்திற்கான விதை போடப்பட்டது. அமைதியாகத் தியானம் நடைபெற்றுக் கொண்டிருந்தது. "ஒரு கோப்பை நிரம்பியிருந்தால், வேறு எதைக் கொண்டும் அதில் மேலும் நிரப்ப முடியாது" என்பது போல ஒரு காட்சி. அந்தக் கோப்பையைப் போல, என் புரிதல்கள், உணர்தல்கள், கர்மப்பதிவுகளின் நீக்கங்கள், நீக்கம் பெற்ற கழிவுகள், பிரபஞ்ச உணர்தல்கள் என்று எக்கச்சக்கமான விஷயங்களை ஸ்தூலமாகச் சுமந்து கொண்டிருப்பதால் அதனை வெளியேற்றும் போதுதான், அடுத்தக்கட்ட ஆன்மீக முன்னேற்றம் நடைபெறும்.

தியானம் செய்து கொண்டிருக்கும் பொழுது, அந்தக் காட்சிக்குப் பிறகு தெளிவான உள்ளே ஒரு குரல். "புத்தகம் எழுது" என்று. குரலை உணரும் பொழுது, எனக்கு உணர்த்தப்பட்ட காட்சி, பாபூஜியின் எடுத்துக்காட்டான "நிரம்பி வழியும் கோப்பை". தியானம் முடிந்ததும் Bindaz Boyயிடம் கூறினேன். "செய்"என்றார். எனக்கு எழுதும் அனுபவம் கிடையாது. தமிழில் தெளிவாக, முறையாக எழுத தெரியாது. நான் படித்த அனைத்தும் ஆங்கில

வழி (Matriculation) கல்வி. இருந்தும் தமிழில்தான் எழுத வேண்டும் என்று தோன்றியது. இதைப் படிப்பவர்கள் பயன் பெறுவார்கள் என்ற நம்பிக்கை இருந்தது.

45

உங்கள் ஆன்மீகப் பயணம் 1

முதல் புத்தகமான "உங்கள் ஆன்மீகப் பயணம்".........
நான் கடந்து வந்த பாதையின் என் சுய
அனுபவங்களும் அதனால் அடைந்த நிலைகளும்,
மாற்றங்களும் கொண்டது. அதனால் எனக்கு
எழுதுவதற்கு தயக்கமே ஏற்படவில்லை. சரி என்று
அடுத்த ஒரு மணி நேரத்தில் எழுத ஆரம்பித்து
விட்டேன். இந்த நிகழ்வுகள் யாவும் கொரோனா
சமயத்தில் நிகழ்ந்தது. செப்டம்பர் இறுதி நாளான
30ஆம் தேதி எழுத ஆரம்பித்தேன். சரியாக 20
நாட்கள், தினமும் ஒன்று அல்லது ஒன்றரை மணி
நேரம்தான் எழுதுவேன். பேனாவை காகிதத்தில்
வைத்தால் போதும் உள்ளிருந்து அருவி மாதிரி
கொட்ட தொடங்கி விடும். கேள்வி - பதில்
என்ற அமைப்பில் (Pattern) இருக்க வேண்டும்
என்று உள்நிலையிலிருந்தே கட்டளையாகப்
பெறப்பட்டது. நானே கேள்வி கேட்டு, நானே பதில்
எழுதிக் கொள்வேன். "போதும்" என்று அதுவாகவே
நின்றுவிடும். பாபூஜியே எழுதுவது போல் தோன்றும்.
எனக்குள் இருக்கும் "நான்" வெறுமனே வேடிக்கைப்
பார்ப்பது போல் இருக்கும். எழுதிக் கொண்டே
இருந்தேன். புத்தகம் புத்தகப் பெயரும் நான்
தேர்வு செய்யவில்லை. அதுவும் உள்முகமாகவே
கொடுக்கப்பட்ட பெயர்தான். ஒவ்வொரு தலைப்பு
எழுதும்போதும், முடிந்துவிட்டது என்று நான்
எண்ணும்போது, புதிதாக ஒரு தலைப்பு தோன்றும்.
இவ்வாறு ஒவ்வொரு விஷயமும் மாஸ்டரின்
துணைக் கொண்டே எழுதி முடித்தேன்.

எழுதி முடித்தாயிற்று அதனை சரியான
முறையில் தமிழில் டைப் செய்ய வேண்டும்.

எனக்கு யாரும் அவ்வாறு அறிமுகம் கிடையாது. நான் என்ன எழுதியுள்ளேன் என்று Bindaz Boyக்கு கூடச் சொல்லவில்லை. மேலோட்டமாக, எனக்கு டைப் செய்து தர ஒரு நபர் வேண்டுமே! உதவ முடியுமா? என்று கேட்டேன்.

அவருடைய Whatsapp group இருந்த சகோதரி திருமதி நித்தியா அறிமுகப்படுத்தப்பட்டு, அவர்களின் நட்புக் கிடைத்தது. நான் மின்னஞ்சல் (Mail) மூலம், Soft Copy அனுப்பி, அவர்கள் தமிழில் டைப் செய்து, பின் Correction (சரிபார்த்தல்) செய்து, முடிந்தளவில் பிழையில்லாமல் அச்சிட புத்தகத்தின் Soft Copy தயாராகி விட்டது.

பிறகு அச்சிட்டு வெளியிட, அச்சகம் பார்க்க வேண்டும். கொரோனா சமயம் என்பதால், அனைத்தும் தொலைபேசி வழியே நடந்தது. என் உறவினர் வழி சகோதரர் நினைவிற்கு வந்தார். அவரிடம் தொலைபேசியில் பேசும்பொழுது அவர் மிகவும் மகிழ்ந்து Notion Pressஐ அறிமுகப்படுத்தி உதவி செய்தார்.

தொடர்ந்து Notion Pressஇல் தொலைபேசி மூலமாகவே பேச்சு வார்த்தை நடந்து, வங்கி மூலம் கட்டணங்களும் செலுத்தி, அவர்களிடம் எனது Soft Copyயை, அனுப்பி புத்தகத்தைத் தயார் செய்தேன். அவர்கள் வேறுவேறு புத்தக அட்டையைப் பரிந்துரை செய்தனர். Bindaz Boyதான் புத்தக அட்டையில் வேண்டும் என்று பிடிவாதமாகக் கூறி, அந்த Imageஐ இன்னொரு நபர் மூலம் பிசிறு இல்லாமல் பெரிதுபடுத்தி, மீண்டும்

அவர்களுக்கு அனுப்பி வைக்க, Notion Pressஇல் புத்தக அட்டையாக உருவாக்கினார்கள்.. அது அவருக்கு நன்றி செலுத்தும் விதமாகக் கட்டாயமாக அமைய வேண்டும் என்று மட்டுமே தோன்றியது.

அவரிடம் நான் அறிமுகமான காலத்தில் Bindaz Boy Logo அவர் வேறு விதமாக Display Image (Dp) யாக வைத்திருந்தார்.

அந்த Logoவை நான் இப்போதுள்ள Logoவாக மாற்றியமைத்து, இந்த டிசைன், இந்த நிறம் என்று நான் அவருக்காக மாற்றியமைத்துக் கொடுத்தேன். அவருக்கு அது நிறைவாக தோன்றியது என்று தான் கூற வேண்டும். இன்று இந்த நிமிடம் வரை அவர் அதை மாற்றவே இல்லை. புத்தகம் எழுதியது 20 நாட்கள் மட்டுமே. மேற்படி புத்தக அட்டை, அச்சகம், அச்சிடும் வேலை எல்லாவற்றிற்கும் நாட்கள் பல கடந்து, இறுதியில் ஜனவரி 22ஆம் தேதி 2021இல் வெளியிடப்பட்டது. Amazon, Flipkart போன்ற தளங்களில் விற்பனைக்கு வந்தவுடன்தான் Bindaz Boyக்குத் தெரிவித்தேன். வாழ்த்துக்கள் கூறினார். அவரது youtube மற்றும்குரூப்பில் தெரிவித்தார். எழுதியாகிவிட்டது, விற்பனைக்கு வைத்தாயிற்று. இப்போது முதன்மை நோக்கமே அதனைப் படிப்பதற்கு ஆட்கள் தேவை.

எனக்கு Bindaz Boy மூலம் ஒரளவுக்குத் தெரிந்தது அவருடைய Group Membersஆக இருந்த சகோதர சகோதரிகள் மட்டுமே. எல்லோரும் படிக்க வேண்டும் எல்லோருக்கும் கிடைக்க வேண்டும். இதுவே என் முதன்மை நோக்கமாக இருந்தது.

படிக்கப் போகும் யாருக்கோ ஒருவருக்கு பயன்பட்டு அவர்களின் தன்மை மாற்றத்திற்கு உதவினால் போதும் என்று தான் தோன்றியது. அதற்கு Bindaz Boy மூலமே, அவர்களின் முகவரியை சேகரித்து புத்தகம் அனுப்பி வைக்கப்பட்டது. தாங்களே வாங்கிப் படித்துக் கொள்கிறோம் என்று சொன்ன சகோதர சகோதரிகளுக்கு அவர்களின் விருப்பம் என்று ஏற்றுக் கொண்டோம். "உங்கள் ஆன்மீகப் பயணம்" புத்தகத்தின் வரலாறு இதுவே. இந்த "உங்கள் ஆன்மீகப் பயணம் 1" எழுதும் பொழுது, இதே போல் இரண்டாம் புத்தகமும் வெளியாகும் என்று துளிக்கூட எண்ணமில்லை. இந்த "உங்கள் ஆன்மீகப் பயணம் 2" எழுதும் பொழுது, முதல் புத்தகத்தைப் பற்றியும் சொல்ல வேண்டியது இருக்கும் என்பது கூட ஒரு ஆச்சரியமான விஷயம்தான்.

மீண்டும் முதல் புத்தகத்தைப் பற்றிச் சில விஷயங்களுக்கு வருவோம். முதல் புத்தகம் வெளியிட Soft Copy அனுப்பின அன்று Bindaz Boyயிடம் Sitting எடுத்துக் கொண்டேன். Sitting முடிந்தவுடன், என் நிலை முற்றிலும் மாற்றி விட்டது. என்ஏழு ஆண்டுகால புரிதல்கள், உணர்தல்கள், கரும்பதிவின் கழிவுகள், பிரபஞ் சஉணர்தல்கள் அனைத்தின் ஸ்தூலத் தன்மையையும், Transmission ஒரு Eraser (அழிப்பான்) போல் செயல்பட்டு முற்றிலும் அழித்துவிட்டது. ஸ்தூலத்தன்மையை உணர முடியவில்லை. எந்த ஒரு நிகழ்வும் ஞாபகத்தில் இல்லை. நினைவுப்படுத்தி பார்த்தும் நினைவுக்கு வரவில்லை. ஒரு அறியாத குழந்தையின் மனநிலை போன்று, துடைத்து வைத்த கண்ணாடி போன்று

என் உள்நிலை ஆகிவிட்டது. சுத்தமாக ஒன்றுமே புரியவில்லை.

புத்தகம் வெளியிடப்பட்டு, முதல் பதிப்பு என் கைகளில் இருக்கும் பொழுது இந்தப் புத்தகத்தை நானா? எழுதினேன் என்றுதான் தோன்றியது. முற்றிலும் புதியதாக தோன்றியது. இவை அறிந்தும், அறியாத அறியாமை நிலை என்று தான் சொல்ல வேண்டும். இந்த நிலை நீண்ட நாட்கள் வரை தொடர்ந்தது. ஆனால், ஒரு பெரிய பாரம் இறங்கினார் போல ஒரு லேசானத்தன்மையும் உணரப்பட்டது.

குறிப்பு:- புத்தகம் எழுதி முடித்திருந்தாலும், லேசான தன்மைக்கு மாறி இருந்தாலும், இது முழுமை பெற்ற நிலை அல்ல ஸ்தூலத்தன்மையை மட்டுமே நீக்கியுள்ளனர்.

இந்தப் புத்தகம், "உங்கள் ஆன்மீகப் பயணம் 1" அதிலுள்ள நிலை போன்று நம் நிலையும் மாற்றமடையும் பொழுது 5 புள்ளிகள் (Heartfulness தியானத்தில் உள்ள 5 புள்ளிகள்) அதாவது இதய மண்டலத்தின், ஸ்தூலத்தன்மையை முற்றிலும் கடந்து போயிருப்போம். அடுத்து உள்ளவை சூட்சமத்தன்மை கொண்டது.

# ஏன் இதய நிறைவு தியானம்?
## (Heartfulness Meditation)

இதுவரை என் அனுபவங்கள், எனக்கு உணர்த்தியவை ஒன்றே ஒன்று மட்டும்தான். மிருகநிலையில் உள்ள மனம், பண்பட்டு மனித நிலையை அடைந்திருக்கிறது. தெய்வீக நிலையைத் தொடுவதற்கு, (கவனிக்க வேண்டும்) அடைவதற்கு அல்ல, தொடுவதற்கே இன்னும் பண்பட்ட மனத்தின் ஸ்தூலத்தன்மை (Hardness) நீக்கப்பட வேண்டும். அதை அடைவதற்கு இன்னும் முன்னோக்கிச் செல்ல வேண்டும்.

இந்தப் புத்தகத்தில் இதுவரை அடைந்துள்ள நிலைகள், அனுபவங்கள் வெறும் குண்டலினி தவத்தால் மட்டுமே அடைய பெறவில்லை, நிறைய பயிற்சி முறைகளை (பெயரை இங்குக் குறிப்பிடவில்லை) செய்து பார்த்து, அனைத்தும் ஒரே இடமான குண்டலினி, ஆக்ஞா, சஹஸ்கரா அத்தோடு அறிவு, ஞானம், ஆனந்தம் பேரானந்தம் என்பதோடு நின்று விடுகிறது. இவையாவும் ஒரு அனுபவம் மட்டுமே! அவற்றையும் அனுபவித்து கடந்து செல்ல வேண்டும். இந்த ஆனந்தம், பேரானந்தம் போன்ற நிலைகளில் தங்கி விட்டால், ஆன்மீகத் தேக்க நிலைதான் ஏற்படும். இன்னும் உணர்வுகள், உணர்ச்சிகள் மற்றும் கர்மப்பதிவுகள் மீதமுள்ளது என்பதை உணர வேண்டும். இந்த உணர்ச்சிகள், கர்மப்பதிவுகள் இதையெல்லாம் கடந்துதான் ஆனந்தம் பின் பேரானந்தம் என்றால், இதுபோன்ற ஆனந்தம், பேரானந்தம் போன்ற உணர்வுகள் எந்த வகையைச் சார்ந்தது? என்று சிந்திக்க வேண்டும்.

இன்மைநிலை என்று சொல்லும்போது, அந்த நிலையில் அனைத்தும் இருந்தாலும், ஒன்றுமே இல்லாத சூட்சமத்தன்மைக்கு மாறிவிடும் அதுவே இன்மைநிலை. ஒன்றுமே இல்லாத (zero state அல்ல) உணர்ந்தாலும் வார்த்தைகளற்ற சூட்சமத்தன்மை.

அதையும் அனுபவமாக பெற்று, முடிவில்லா பயணமாகச் செல்ல வேண்டும். ஆக இன்னும் ஆன்மீகத்தில் செல்லக்கூடிய பயணம் தொடர்கிறது. மற்ற பயிற்சிமுறைகளில் யாரும் அதனை விளக்குவதும் இல்லை. அதற்கு மேல் கொண்டு செல்வதுமில்லை. ஒருவேளை ஸ்தூலமானநிலைகளுக்கு வருவதுகூட பெரும்பாடு என்று தோன்றியிருக்கலாம்.

இதயநிறைவு தியானம் மட்டுமே அவர்களின் பயிற்சி முறையின் வழி செயல்பட்டு, சூட்சமத்தைத் தொடக்கநிலை ஆன்மீகமாகவே அனைவருக்கும் வழங்குகிறது.

இது Heartfulness Promotion அல்லது மற்ற பயிற்சி முறைகளை பிழை சொல்வதோ அல்ல, இதை அனுபவமாக பெற பயிற்சி செய்து அறிந்து கொள்ளுங்கள். Pranahuti (பிரணாஹூதி) யுடன் கூடிய Heartfulness தியானத்தைப் பயிற்சி செய்து மற்ற தியான முறைகளுக்கும் உள்ள வேறுபாடுகளை நன்றாகவே நீங்கள் அறிந்து கொள்ள முடியும்.

ஒருவேளை, நீங்கள் பயிற்சி செய்து, இங்கே பகிர்ந்துள்ள ஆன்மீக அனுபவங்கள், உங்களுக்கு, உங்கள் அனுபவங்களோடு பொருத்திப் பார்க்கும்

பொழுது உண்மையை உணர்த்தலாம். என் நோக்கம் அவ்வளவே!.

**குறிப்பு**:- மற்ற பயிற்சி முறைகளில் ஏற்படும் தேக்க நிலைகள் போல, இங்கே இதயநிறைவு தியானத்திலும் பல நிலைகளைக் கடந்து செல்லும்போது தேக்க நிலைகள் ஏற்படும். அந்தத் தேக்க நிலைகளை, Transmisson (Sitting) எடுத்துக்கொண்டு, Pranahutiயின் உதவியோடு அடுத்த நிலைகளுக்குத் தொடர்ந்து பயணப்படுவீர்கள்.

என் அனுபவம் தொடர்கிறது...

இந்த நிலையில் Heartfulness தியானமுறைப் பற்றி நிறைய வாசித்துத் தெரிந்து கொண்டேன். அவர்களின் பயிற்சி முறை, இறுதி இலட்சியம், குருமார்களின் தகுதி ஆகியவற்றை நானே புரிந்து, தெரிந்துகொண்டேன். பாபூஜியின் மீது அளவு கடந்த அன்பு மற்றும் பக்தி உருவாயிற்று. ஏற்கனவே கூறியதைப் போல, புத்தகம் எழுதி முடித்தவுடன், Heartfulness பயிற்சிமுறைப்படி அங்கு கூறியுள்ள முதல் ஐந்து புள்ளிகள் (இதய மண்டலம்) , அதாவது இதய மண்டலத்தின் ஸ்தூலத்தன்மை முற்றிலும் நீக்கப்பட்டுள்ளது என்பதை தெளிவாக உணர முடிந்தது.

குறிப்பு:- ஐந்துபுள்ளிகள் கடந்திருக்கும்போது, அனைத்து உலகாயத விஷயங்களிலும் தேவைகளோ, ஆசைகளோ இருப்பதில்லை. முற்றிலும் மனநிறைவை பெற்றிருக்க வேண்டும். இலட்சியம் எவ்வளவு தூரம் கருத்தில் உள்ளதோ, அவ்வளவு தூரம் முன்னேற்றம், அடுத்த கட்ட ஆன்மீகம். இங்கு ஸ்தூலத்தன்மை நீக்கப்பட்டுள்ளது என்று நான் குறிப்பிடுவது, தன்மை மாற்றத்தால் (Character building) ஏற்பட்ட ஒரு நிலையான தன்மை (Permanent change) , அதனுடைய கடினத்தன்மை நீக்கப்பட்டுள்ளது. இன்னும் தெளிவாகக் கூற வேண்டுமென்றால், சாட்சி பாவத்தன்மை (Witnessing attitude) . சாட்சி பாவத்தின் ஸ்தூலத்தன்மை என்பது, நான் இதை செய்கிறேன்; என் உணர்ச்சி இவ்வாறு இருந்தது; இந்த இடத்தில் நான் கோபப்படவில்லை; அமைதியாக இருக்க முடிந்தது. இவ்வாறு விழிப்புணர்வுடன் இருக்கும் சாட்சிபாவத்தன்மை

மெதுவாக மறைந்து, அதுவே நம் இயல்பாக மாற, அது தன் ஸ்தூலத்தன்மையை விடுத்து, அதன் சூட்சமத் தன்மையை அடைந்து விட்டது.

சூட்சமத்தன்மை எவ்வாறு இருக்கும்? சூட்சமத்தன்மை என்பது, ஒரு நிகழ்வோ, ஒரு உணர்ச்சியோ, எவ்வகை வெளிப்படுத்துதலாக இருப்பினும், அதை எவ்வித முயற்சியோ, விழிப்புணர்வோ இல்லாமல் அதனை கடந்து விட்டிருப்போம். சிறு உணர்ச்சியோ, உணர்வோகூட வெளிப்பட்டு இருக்காது.

நிகழ்வுகள் முடிந்தபின், நம்மைநாமே உற்றுநோக்கும் பொழுதோ அல்லது பின்னோக்கி சென்று பார்க்கும் பொழுதோ அவை தெரியவரும். அனைத்து விதமான உணர்ச்சிகளும் கொஞ்சம் கொஞ்சமாகக் குறைந்து சட்டென வெளிப்படும் வார்த்தைகள், சடாரென வெளிப்படுத்தும் தன்மைகள், உணர்ச்சி கொந்தளிப்புகள், தன்னை நிரூபிக்கும் முயற்சிகள் அனைத்தும் மறைந்து, அவையாவும் லேசான பதிவுகளாக மாறிக் கொண்டு வரும். அந்தப் பதிவுகள் நம் எண்ணங்களாக மீண்டும் பிரதிபலிக்கும் வரை, கடினத்தன்மை மிச்சம் உள்ளது என்பதை உணர்ந்து கொள்ளலாம். தொடர் தியானம், சுத்திகரிப்பு மற்றும் சுயபரிசோதனை இந்தப் பதிவுகளை நீக்கிக் கொண்டே வரும்.

அடுத்து, சுயத்தை (Self) இழக்கும் தன்மை அதாவது உள்ளார்ந்த சுயம் என்று நாம் நம்பிக்கொண்டிருக்கும், போலியானசுயம் (False - Self) மறையத் தொடங்கும். சுயத்திற்கு நாம்

கொடுத்து வைத்திருக்கும் "நான்" தன்மை (Self - ego) மறையத் துவங்கும். உடலைப் பற்றின உணர்வு மறையத் தொடங்கும். நாம் வெகு நாட்களாகக் கடைப்பிடித்து வரும் பிடிவாதமான பழக்க வழக்கங்கள் விடைபெற்று விடும்.

மிதத்தன்மை (Moderation) எதிலும் லேசான உணர்வேவியாபித்து இருக்கும். உடன்படிக்கை (Adjustment, Compromise) செய்து கொள்ள மாட்டேன் என்று சில விஷயங்களில், பிடித்துக் கொண்டிருந்தாலும், அதிலும் ஒரு தளர்வு நிலை (Elasticity) ஏற்படும். மற்றவர்களது இடையீடுகூட தொந்தரவாகத் தோன்றுவதில்லை. அதிகப்படியான அமைதி, தெளிவு ஏற்படும். அமைதி என்பது சாதாரண அமைதி அல்ல. உள்நிலையில் கொந்தளிப்புகள் அடங்கி, சிறு அலைகளைக் கொண்ட அமைதியாகக் உணரப்படும். இன்னும் ஆன்மீகப் பயணம் முற்றுப்பெறவில்லை. இன்னும் கடக்கவேண்டிய எண்ணற்ற நிலைகள் உள்ளன.

இந்த இடத்தில் மறுபடியும் ஒரு விஷயம் கவனிக்கும்படி இருக்கும். இதய மண்டலத்தில், ஒரு சாட்சிபாவத்தில் இருந்து கடந்து வந்ததைப் போன்று, இங்கும் உலக விஷயங்கள் நம்மை சுற்றி நடைபெறும்போது, சாட்சிபாவத்தன்மை இல்லாமல் உணர்வு ரீதியில் எவ்வளவு தூரம் இனி கடந்து வருகின்றோம் என்பதே பிரதானமாக இருக்கும். அதாவது உணர்ச்சியற்று, உணர்வு ரீதியாக அலைபோன்று உள்நிலையில் சிற்றலை போன்று

உணரப்படும். தொடர்ந்து பண்படுதல் மூலம் இந்த உணர்வின் கனத்தன்மையும் குறைய வேண்டும்.

இந்நிலையில் படிப்படியாகக் கடந்தகாலம் மற்றும் எதிர்காலம் மறைந்து விட்டிருக்கும். அவையெல்லாம் ஒரு கனவைப் போன்று தோன்றும். நிகழ்காலத்தில், அந்த நிமிடத்திற்கு மட்டுமே இருப்பை உணர முடியும். அனைத்துச் செயல்பாடுகளும் (உலகாயதச் செயலாக இருந்தாலும் சரி, ஆன்மீகம் சார்ந்த செயலாக இருந்தாலும் சரி) அவை தன்னிச்சையாக அதன் போக்கில் நடைபெற்றுக் கொண்டிருக்கும். அந்த செயல்பாடுகளில் குற்றமோ, குறைகளோ அல்லது சந்தேகமோ தோன்றுவதில்லை. செயல்பாடும், செயல்படும்விதமும் முன்பைவிட மிகத் தெளிவாகவும், நேர்த்தியாகவும் இருக்கும்.

தொடர்ந்து பயிற்சி அவசியம். இன்னும் சுத்திகரிப்பும் அவசியம். இந்நிலையில் மனம் சில சமயம் வெறுமையாக உணரக்கூடும். ஈடுபாடு என்பது குறையும். தேவை என்பதே இருக்காது. தியானம் செய்யக்கூடத் தோன்றாத நிலையும் ஏற்படும். சுத்திகரிப்பு அவசியம் இல்லை என்று தோன்றும். அனைத்தும் சூட்சமத்தன்மையில் இருப்பதனால் தூய்மையாக இருப்பதாக தோன்றும். ஆனால், இன்னும் நீண்ட பயணம் உள்ளது என்பதை நினைவில் கொள்ள வேண்டும். இதுவும் ஒரு வகையில் தேக்க நிலையே. இந்நிலையில் டிரான்ஸ்மிஷன் (Sitting) பெற்றுக் கொண்டு முன்னேறி செல்ல வேண்டும். இந்நிலையில்

நன்றி உணர்வு மட்டுமே பிரதானமாக இருக்கும். எனக்கு என் மாஸ்டர் பாபூஜியின் மீது தீவிர பக்தி உண்டாயிற்று.

இந்த நிலைகள் கிட்டத்தட்ட 6, 7, 8, 9 மற்றும் 10 புள்ளிகளின் தன்மையை ஒத்து இருந்தது. ஏனென்றால்1, 2, 3, 4 புள்ளிகளின் ஸ்தூலத் தன்மைகள் அனைத்தும் மேற்சொன்ன புள்ளிகளில் சூட்சமத்தன்மையில் இருப்பதாகத் தோன்றியது.

ஒரு சாதகர், பக்தியுடனும் அர்ப்பணிப்புடனும் பயிற்சி மற்றும் சரணாகதி நிலையில் இருக்கும்பொழுது ஒரு மாஸ்டருக்கு வெறும் 90 நாட்கள் போதும், அவர்களைப் 13 புள்ளிகள் தாண்டி மையத்தை நோக்கி அழைத்துச் செல்ல என்று ஒரு காணொளியில் மாஸ்டர் குறிப்பிட்டு இருந்தார். அது எனக்காகவே கூறியது போல் உணர்ந்தேன். என்ன செய்வது? எப்படி தொடங்குவது என்று யோசித்துக் கொண்டிருந்தபோது ஒரு Heartfulness மையத்திலிருந்து 100 days challenge என்று தியானம், சுத்திகரிப்பு, புத்தகம் வாசித்தல், பிரார்த்தனை என்று தினந்தோறும் ஆன்லைன் வகுப்பாகத் தொடர்ந்து 100 நாட்கள் நடைபெற்றது. பல சகோதர, சகோதரிகளின் பங்கேற்றலில் நடைபெற்றது. மேற்சொன்ன அனுபவங்கள் யாவும் 13 புள்ளிகள் வரை ஏற்படக்கூடிய நிலைகளை, வெகுவேகமாக மூன்று மாதத்தில் அனுபவமாக அனுபவித்து உணர்ந்தேன். இந்நிலையில், கிட்டத்தட்ட ஒரு வருடத்திற்கு மேலாக, அந்த அனுபவத்திலும் நிலைகளிலும் லயித்து இருந்தது போல்

இருந்தேன். 13 புள்ளிகளின் தன்மைகளும் அதன் அனுபவங்களும், இன்று வரை உணர முடிகிறது. அந்த நிலைகளின் நிலைகளை வார்த்தைப்படுத்த முடிவதில்லை.

இருந்தேன். 13 புள்ளிகளின் தன்மைகளும் அதன் அனுபவங்களும், இன்று வரை உணர முடிகிறது. அந்த நிலைகளின் நிலைகளை வார்த்தைப்படுத்த முடிவதில்லை.

---

# ஆன்மீகத் தேக்க நிலையில் எனது அனுபவங்கள்

---

கிட்டத்தட்ட ஒரு வருடத்திற்கு மேலாக, ஒரே நிலையில் தங்கி இருப்பது ஆன்மீகத் தேக்க நிலை எனப்படும். கால அளவு மாறுபடலாம். என் ஆன்மீகச் சரிவுக்கு முன்னால், சில காலம் நான் தேக்க நிலையில் இருந்தேன். அதாவது, மனநிலையில் மாற்றம் ஏற்படுவதில்லை. என்னுடைய அன்றைய நிலைக்கேற்ப நான் ஆழ்ந்த அமைதியிலேயே ஒரு உணர்ச்சிகளற்ற, உணர்வுகளற்ற தன்மையிலேயே இருந்தேன். மனம் பெரிதாகச் செயல்படாமல் இருப்பது.

இந்நிலையில், ஒருவித வெறுமை, சலிப்புத்தன்மையாக (Boring) வாழ்க்கை இருந்தது, இந்நிலையில் மாற்றத்திற்காக மகாபாரதம், பகவத் கீதை, ஸ்ரீமத் பாகவதம், யோகவசிஷ்டம் போன்ற நூல்களை வாசிக்கலாம் என்று தோன்றியது. அவற்றையெல்லாம் வாசிக்கும் போது எனக்குள் ஏற்பட்ட புரிதல்களும் அனுபவங்களும்தான் இந்தத் தேக்க நிலையில் எனக்கு கிடைத்த மற்றொரு தெளிவு.

மகாபாரதம், ராமாயணம், பாகவதம் போன்ற நூல்கள் வாசிக்கும் பொழுது கதையாக மட்டுமே அவற்றை வாசித்தால் சில இடங்களில் பொருத்தாதத்தன்மை, குழப்பம், முரண்பாடுகள் ஏற்படுவது உண்மையே! ஆனால், அவற்றை குறியீடுகளாக மறைபொருளாக உணர்ந்து வாசிக்கும் பொழுது, நிறைய கருத்துகளை உள்வாங்க முடியும். எதிலும் நேரடியாக அர்த்தம் இல்லாமல் சூட்சமமாக இருப்பதை உணர முடிந்தது.

ஸ்ரீமத் பாகவதம் வாசிக்கும் பொழுது பிரபஞ்ச கட்டமைப்புகள், பக்தி வழி முத்தி அடையும் நிலைகள் யாவும் சூட்சம உணர்தலாக இருந்தது. யோகவசிஷ்டம் வாசிக்கும் பொழுது, உள்ளார்ந்து ஆன்மீகப் பயணத்தில் உள்ள சூட்சம நிலைகளை வரிசையாகக் கூறுவது போல் இருந்தது.

பக்தி என்ற ஸ்தூலமான உருவ வழிபாட்டை கடந்து, யோக மார்க்கமாகச் சூட்சமத்தை நோக்கிச் செல்லும் போது சரணாகதி என்ற நிலையை அடைந்தும், பல நிலைகளைக் கடந்தும், இறுதி நிலைக்கு வரும்பொழுது, அது....... அந்த மொத்த பக்தி மார்க்கத்தையே கடந்து நிற்பதை உணர்ந்தேன். நூல்கள் அனைத்தும் ஸ்தூலமான, மேலோட்டமான கதையாகக் கருத்தாகத் தோன்றினாலும், சூட்சமத்திலும் சில நிலைகளை மட்டுமே உணர முடிந்தது. யோக மார்க்கமே, அதனையும் கடந்து நிற்கிறது.

இதில் ஒவ்வொரு நிலைகளாக (State of mind) மட்டுமே துவைதம், அத்வைதம், விசிஷ்டாத்வைதம் இருப்பதை உணர முடிந்தது. நான் அத்தனை நிலைகளையும் உணர்ந்து கடந்து வந்திருப்பதையும் உணர முடிந்தது. இராஜயோகம் என்ற யோகமார்க்கத்தின் வழி என் ஆன்மீகப் பயணம் இருப்பினும், சூட்சமத்தன்மை அடையும் இடத்தில் சரணாகதி நிலைக்குச் செல்லும் பாதையில் பக்தி மார்க்கத்தின் நிலைகளாக இந்த துவைதம், அத்வைதம், வசிஷ்டாத்வைதம் இருப்பதைக் கண்டேன். இந்த நிலைகளோடு நின்று விட்ட, அது

மட்டும்தான் இறுதி என்று நின்றுவிட்ட மகான்களை சிந்தித்துப் பார்க்கும்போது, பாபூஜி மாஸ்டர் தன் புத்தகத்தில் கூறியது எவ்வளவு உண்மை என்பதை உணர்ந்து பார்க்க முடிந்தது. அதையும் தாண்டியப் பயணம் செல்கிறது என்பதை அனுபவித்து, நான் கடந்து கொண்டிருக்கும் பொழுது, இது தேக்க நிலையாக இருந்தாலும்கூட நிறைய புரிதல்களை கொடுத்துக் கொண்டேதான் இருந்தது.

பகவத்கீதை வாசிக்கும்பொழுது கர்ம பந்தத்தில் இருக்கும் ஒரு மனிதன் முறையாக வாழ்வதற்கும், அதே நேரத்தில் அஷ்டாங்க யோகத்தில் கூறியுள்ள விஷயங்களையும், யோகத்தின் மேன்மைகளையும், பக்தியின் நோக்கத்தையும் பின் முக்தி அடையும் மார்க்கத்தையும் கூறியுள்ளதை தெளிவாக உணர முடிந்தது. எத்தனை எத்தனை நூல்களை வாசித்தாலும் அத்தனையும் முத்தி என்ற தற்காலிகமான நிலை வரை தான் அழைத்துச் செல்கிறதே தவிர, அதையும் தாண்டியுள்ள ஆன்மீகப் பயணத்தை, ஆன்மீக நிலையினை, அதற்குப்பின் ஆன்மாவின் நிலைப்பாடுகளை கூறவேயில்லை.

இந்த நூல்களில் குறிப்பிட்டுள்ள நிலைகளுக்கு வருவதே கர்மத்தில் கட்டுண்ட மனிதனுக்கு போதுமானது. பின் அவனே, உயர்நிலையை நோக்கிச் சென்று விடுவான் என்று தோன்றியதோ? என்னவோ? மனித உடலில் இருக்கும்போதே இந்த நிலைகளை எல்லாம் கடந்து, இறுதி நிலை வரை Transmission (Pranahuti) கூடிய தியான வழிமுறையே கொண்டு செல்கிறது. இவையாவும் அவரவர்

அனுபவத்தை பொறுத்ததே. தாங்களே முயற்சி செய்து, அனுபவித்து தெரிந்து கொள்ள வேண்டிய விஷயம். இனி, இந்தத் தேக்க நிலையிலையே இருந்து வந்த எனக்கு அடுத்து ஏற்பட்டது ஆன்மீகச் சரிவு.

# என் ஆன்மீகச் சரிவு

ஐந்து புள்ளிகளின் ஸ்தூலத்தன்மையினை முழுமையாக நீக்கி, 5 புள்ளிகளைக் கடந்த பின்னும், 6 முதல் 13 புள்ளிகளின் அனுபவங்களைப் பெற்று, உயர்நிலையை அடைந்தாலும், அந்த நிலையில் தேவையான அளவு தங்கி, அதை நிலைபெறச் செய்வதே முழுமைத்தன்மைக்கு வழிவகுக்கும்.

எனது ஆன்மீக அனுபவத்தில் Heartfulness தியானமூலம், குறைந்த கால அளவில் அபரிமிதமான வளர்ச்சியை என்னுள் ஏற்படுத்தியது. குறுகிய காலத்தில், ஆன்மீக நிலையின் தன்மை மற்றும் அதன் உணர்வு நிலைகளை வெகுவேகமாகக் கடக்க வைத்தது. ஆனாலும், உயர்நிலைகளில் நிலைத்து நின்று மேலும் பயணம் தொடர, முழுமைப் பெறாத விஷயங்களுக்காகவும், முற்றிலும் அழிக்கப்படாத பதிவுகளுக்காகவும், சரி செய்வதற்கு சற்று கீழ் இறங்கி வரவேண்டிய அவசியம் ஏற்படுகிறது. இதை என் அனுபவத்தில் தேக்க நிலையில் இருந்து ஆன்மீகச் சரிவு என்றே கூற வேண்டும். ஏறி வந்த பாதை தெரியும்போது, கீழிறங்கும் நிலை ஏற்பட்டாலும், அதன் நிலைகளும் கடந்து வந்த பாதையும் நன்றாகவே உணர முடிகிறது. மீதம் இருக்கும் பதிவுகளுக்காக, அதன் முழுமைத்தன்மைகாக இறங்க வேண்டிய சூழல். இதையெல்லாம், அந்தப் பதிவுகளை அழித்து, மீண்டும் கடந்து வரும் பொழுது தெரிய வருகிறது.

என் ஆன்மீகச் சரிவுக்குக் காரணங்கள், முதல்காரணம் ஒரு வருடத்திற்கு மேலாக புள்ளிகளின் அனுபவங்களில் லயித்து

இருந்தால், மனம் செயல்படவில்லை. அமைதி, சலனமற்ற நிலையிலேயே தங்கி விட்டது. இரண்டாவது காரணம், குருவின் மீது (பாபூஜி) அளவு கடந்த பற்று வைத்திருந்தேன். இது கூட ஒரு நிலையில் கடினத்தன்மையாக மாறி ஒரு தடையாக அமைந்துவிட்டது. குருவின் மீது பக்தி, நன்றிஉணர்வு இருக்கலாம், முழுமையான சரணாகதி நிலையிலும் இருக்கலாம். ஆனால், அதுவே ஸ்தூலமாக மாறிவிடும் அளவுக்குப் பிடிப்பை இறுக விடக்கூடாது என்பதை தெரிந்து கொண்டேன். அதுவே எனது ஆன்மீக முன்னேற்றத்திற்குத் தடையாக மாறி நின்றது.

மூன்றாவது காரணம், எனது ஆன்மீக அனுபவங்கள் கடந்த 10 ஆண்டுகளாக உணர்தல் (Sensing) அதாவது அந்த நிலைகளை உள்ளார்ந்து உணர்வது என்பதே இல்லாமல், அதனால் கிடைக்கக்கூடிய அனுபவங்களை மட்டுமே உணர்ந்து வெளிப்புற தன்மைமாற்றம் மூலமே ஆன்மீக முன்னேற்றம் அடைந்து வந்தேன்.

Taking the result without sensing the source. அனுபவம் சரியானதே, பயணம் செய்யும் பாதை சரியானதே, குருமார்களின் வழிகாட்டுதல் சரியானதே, ஆன்மீக முன்னேற்றமும் சரியானதே. ஆனால், என் நிலைSensing இல்லாததால் சார்ந்து (depending) இருக்கும் குழந்தையை போலவே இருந்தது.

சுயமாக உணர்தல் (Sensing) இல்லாமல், குருவின் உதவியுடன் பயணப்பட்டு வந்ததால், எந்த நிலையில் உள்ளேன் என்பதை அறிய முடியவில்லை.

அதாவது பயணப்பட்டுக் கொண்டிருப்பதற்கான அளவுகோல் புரியவில்லை. இதில் என் தவறு என்ன இருக்கிறது? ஆரம்பம் முதலே உள்ளார்ந்த Sensing இல்லாமல், அதனுடைய Outcome மட்டுமே, எடுத்து முன்னேறி வருவதற்கு குருமார்களும்தானே உதவி புரிந்தனர் என்று Bindaz Boyயிடம் விவாதம் செய்தேன். என்னுடைய எல்லா நிலைகளையும் (Condition) உணர்ந்து சொன்னதில் அவருடைய பங்கும் இருந்தது. இப்பொழுது ஏற்பட்ட ஆன்மீகச் சரிவுக்கு அவர்தான் தீர்வு சொல்ல வேண்டும் என்று அவரிடமே தீர்வுக்காக சென்றேன். Bindaz Boy மீண்டும் என் நிலையை (Conditions) ஆராய்ந்து, இது தற்காலிகமான ஆன்மீகச் சரிவு. பொறுமையுடன் காத்திருக்கக் கூறினார். மேற்சொன்ன மூன்று காரணங்களையும் சுட்டிக்காட்டினார்.

, அவர் சொன்ன விஷயங்களை, சரி என்று ஏற்றுக் கொள்ளுதல் தன்மைக்கு வந்த உடனே மனநிலையின் விரைவான, ஆச்சரியமான மாற்றம். சடாரென ஒரு திரை விலகினாற் போல இருந்தது. பாபூஜி, பாபூஜி என்ற பிடி முழுவதும் தளர்ந்த நிலை அடைந்தது.

ஒருவித சார்ந்திருத்தல் (Dependency) தன்மை முற்றிலும் விலகின உணர்வு, அதற்காக மாஸ்டர் மீது அன்போ, நம்பிக்கையோ குறைந்துவிட்டது என்று அர்த்தம் இல்லை. நன்றியுணர்வுடன் அடுத்த நிலை நோக்கிப் பயணமாக இருக்கிறது. எந்த ஒரு நம்பிக்கையோ அல்லது சார்ந்திருக்கும் தன்மையோ கூட ஒரு மாற்றத்திற்கு உள்ளாகும் போது,

நம்பிக்கையின்மை, தனித்து விடப்பட்ட மனநிலை போன்ற உணர்வுகளைத் தொடும்போது ஒருவித விரக்தி மனப்பான்மை, வெறுமை ஆன்மீகமே வேண்டாம் போன்ற உணர்வுகள் லேசாக ஏற்படவே செய்கிறது.

சிறிது சிறிதாக அதிலிருந்து விடுபட சில காலம் தேவைப்படுகிறது. உண்மையை உணர்ந்து மீண்டும் ஆன்மீகப் பயணத்தைத் தொடரும்போது, ஆன்மீகச் சரிவிலிருந்து விடுபட்டு மீண்டும் உயர்நிலையை நோக்கின பயணமாகத் தொடர்கிறது. இதிலிருந்து அதீத பற்று யார் மீதும், எவர் மீதும் அது மாஸ்டராகவே இருந்தாலும் ஒரு நிலைக்கு மேல் கைவிடப்பட்டே ஆக வேண்டும் என்பதே உணர்தல். மனம் மீண்டும் செயல்படுவதால், தேக்க நிலைகளைக் கடந்து, உலகாயத விஷயமாக இருந்தாலும் சரி, ஆன்மீக விஷயமாக இருந்தாலும் சரி தெளிவாக உணர முடிகிறது. இந்த ஆன்மீகச் சரிவினை சரிப்படுத்த கிட்டத்தட்ட ஆறு மாத காலம் எடுத்துக் கொள்ளப்பட்டது.

# மீண்டும் ஆன்மீக முன்னேற்றத்தை நோக்கி

குறிப்பிட்ட ஆன்மீகச் சரிவிற்கான காரணங்களை சரி செய்து கொண்டு Transmission (Sitting) மூலம், தேக்கநிலை காலத்தில் நான், படித்து தெரிந்து கொண்ட நூல்களின் சாராம்சம் அனைத்தும் என் நினைவில் இருந்து மீண்டும் (Eraser) போல் செயல்பட்டு அழிக்கப்பட்டு விட்டது. எத்தனை பெரிய திறமைகள் (Skills) இருந்தாலும் சரி, எத்தனை உயரிய நம்பிக்கைகள், சார்ந்து இருத்தல் இருந்தாலும் சரி, அனைத்தையும் ஒரு முடிவுக்கு வந்தாக வேண்டும் என்று உணர்த்தப்பட்டது.

வெற்றுத்தன்மை (Just Blank state) எவ்வித கோரிக்கையோ, வேண்டுதலோ, எதிர்பார்ப்போ (Without any demands or waitings) இல்லாத நிலை. வெற்றுத்தன்மை மட்டுமே அடைய வேண்டிய நிலையாக உள்ளது. அந்த நிலையிலும், கிடைக்க வேண்டிய அனுபவங்கள் கிடைக்கும், அதையும் அனுபவித்து, கடந்து போக வேண்டும் என்பதே நிதர்சனம். நிறைய ஏற்றுக் கொள்ளும் தன்மை (Acceptance) , நிறைய பொறுமை (Patience) நிறையசகிப்புத்தன்மை (Tolerance) வேண்டப்படுகிறது.

"நான்" என்பது Just oru existence, ஒரு இருப்பு நிலையாக மட்டுமே இருக்க வேண்டியது. "நான்" (self) தன்மையாக அல்ல.

இந்தப் புத்தகம் எழுதும் இந்த நிமிடம், என் ஆன்மீகச் சரிவுகள் நின்று, எனக்குத் தெரிந்தே விட்டுப்போன, மிச்சம் மீதமுள்ள பதிவுகளையும் சரி செய்து கொண்டு மீண்டும் பயணிக்கிறேன். உணர்தல் (Sensing) இல்லாமல் பயணம் செய்வதை

விட, ஒவ்வொரு விஷயத்தையும் உணர்ந்து கடந்து வரும்பொழுது ஒரு தெளிவான புரிதலும், நம்முடைய முன்னேற்றத்தின் அளவுகோலும் புரியும்.

இன்றைய நிலையில், எனது கடினத்தன்மையை நீக்க மீண்டும், என் அனுபவங்களை இரண்டாவது புத்தகமாக எழுத வேண்டிய கட்டாயம் ஏற்படுகிறது. முதல் புத்தகம் எழுதி ஸ்தூலமான தன்மை மாற்றத்தில் இருந்து சூட்சமநிலைக்கு முன்னேற்றம் அடைந்ததைப்போல, இன்றைய இரண்டாவது புத்தகம், சூட்சமநிலையிலிருந்து அடுத்த அதிசூட்சம நிலைக்குக் கொண்டு செல்லும் என்று தோன்றியது. அதனை அனுபவமாகப் பெற்று இருந்தாலும், அதில் நிலைபெற்று மேலும் பயணிக்க முடியும்.

உணர்தல் (Sensing) இல்லாத அனுபவமாக (Experience) இருந்தாலும், அந்த அனுபவங்களை மீண்டும் உணர்ந்து பார்க்க முடிகிறது. சிறிது முன்னேற்றத்தை நோக்கி நகரும் நிறைவும் தோன்றவே செய்கிறது. இது முடிவில்லாப் பயணம். பல நிலைகளைக் கடந்து, சூட்சமம், அதிசூட்சமம், இறுதியில் ஒன்றுமில்லாத் தன்மையாக இருப்பினும், அதையும் கூறுவதற்கு வார்த்தைகள் இல்லாமல் வெறும் லேசான உணர்வு தன்மையில் மௌனம் மட்டுமே பிரதானமான பயணமாகத் தொடரும்.

என் அனுபவத்தில் சில
நிலைகளின் உணர்தல்

## விழிப்புணர்வு (Awareness)

கவனித்தல், தொடர் கவனித்தல் விழிப்புணர்வாக மாறுகிறது. தன்னை உற்றுநோக்க ஒரு உந்து சக்தியாக செயல்படும் தன்மையே விழிப்புணர்வாகும். தன்னையும், தன் இருப்பின் உண்மையான தன்மையை அறிய கருவியாக செயல்படுவது விழிப்புணர்வு! விழிப்புணர்வில் இரண்டு வகைகள் உண்டு. ஒன்று வெளிப்புற விழிப்புணர்வு (External Awareness) மற்றொன்று உட்புற விழிப்புணர்வு (Internal or self-Awareness) . மேலோட்டமான உணர்வு நிலையில், வெளிப்புறத்தையும், உலகாயுத விஷயத்தில் இயங்கிக் கொண்டிருக்கும் கவனித்தல் தன்மையை, வெளிப்புற விழிப்புணர்வு (External Awareness) என்கிறோம். இது ஆன்மீக விழிப்புணர்வுக்கு உதவுவது இல்லை. உள்ளார்ந்த உணர்வு நிலையில், தொடர்ந்து தன்னையே உற்று நோக்கி, மாற்றங்களுக்கு வழிவகுக்கும் கவனித்தல் தன்மையை உட்புற விழிப்புணர்வு (Internal or self-Awareness) என்கிறோம். இதுவே அடுத்த நிலையான ஆன்மீகப் பாதையை நோக்கி அழைத்துச் செல்லக் கூடியது.

ஆன்மீகத்தின் முதல் தகுதியே விழிப்புணர்வுக்கு வருவது. தன்னுடைய இருப்புநிலை அறிந்து, உடலைக் கடந்து உள்முகப் பயணத்திற்கு ஆரம்ப கட்டம் இந்த விழிப்புணர்வு.

விழிப்புணர்வு என்ன செய்யும்? விழிப்புணர்வு செயல்படும்போது தனது உணர்ச்சிகள், உணர்வுகள், எண்ணங்கள் மீது புரிதலை ஏற்படுத்துகிறது.

தன்னுடைய தேவைகளைப் பற்றின புரிதல்கள், தனது பலம் மற்றும் பலவீனங்களைப் பற்றின புரிதல்கள், தனது தேர்வுகள் (Choices), முடிவுகள் (decision) பற்றின புரிதல்களை ஏற்படுத்துகிறது. தொடர்ந்த விழிப்புணர்வு தன்மை, உணர்வுறுநிலைமை (Consiousness) விரிவடைய செய்கிறது.

———)·(———

ஸ்தூலம் (*Hardness*)
சூட்சமம் (*Lightness*)

———)·(———

உயர்நிலை ஆன்மீகம் என்று பயணப்படும் பொழுது, ஸ்தூலத் தன்மை வாய்ந்த அனைத்தும் சூட்சமத் தன்மைக்கு மாறிவிடும். அதனால் ஸ்தூலம் மற்றும் சூட்சமத்தின் புரிதல்கள் அவசியம்.

ஸ்தூலம் (Hardness) என்பது கடினத்தன்மை (Hardness), கனத்தன்மை (Thickness). அது வெளிப்புற விஷயங்களில் மட்டும் இருப்பது இல்லை. ஆன்மீக நோக்கில் அனைத்து விஷயங்களிலும் ஸ்தூலம் மற்றும் சூட்சம நிலைகள் உண்டு. ஸ்தூலத்திலும் அதன் தன்மையை பொறுத்து நிலைகள் உண்டு. இவையாவும் மாற்றம் அடையக் கூடியவை.

சூட்சமம் என்பது லேசானத்தன்மை (Lightness) உள்ளார்ந்து உள்முகமாக, ஆன்மீகப் பயணம் மேற்கொள்ளும்போது, ஸ்தூலத்தன்மைகள் நீங்கி சூட்சமத் தன்மையை அடைகிறது. இதற்கும் நிலைகள் உண்டு. இவையாவும் மாறக்கூடியவை.

சரீரங்கள், உணர்வுகள், உணர்ச்சிகள், எண்ணங்கள், கர்மப்பதிவுகள், ஆன்மீக நிலைகள், உணர்வுறு நிலைகள், செயல்பாடுகள் ஆகிய அனைத்துமே ஸ்தூலத்தில் இருந்து சூட்சமத்தன்மைக்கு மாறக் கூடியவை.

சரீரத்தில் மட்டுமே, ஸ்தூலசரீரம், சூட்சமசரீரம் என்று அனைவரும் அறிந்திருக்கக் கூடியது. ஆனால் உயர்நிலை ஆன்மீகம் நோக்கிப் பயணப்படும்போது, விழிப்புணர்விலிருந்து குண்டலினி முதல் அனைத்து நிலைகளிலும் இவற்றை ஸ்தூலத்திலிருந்து சூட்சமம் வரை உணர முடியும். சூட்சம

நிலையை நோக்கி முன்னேறி செல்லும்போது ஸ்தூலத் தன்மையின் அளவுகோலையும், அதிசூட்சமத்தன்மையை நோக்கிச் செல்லும்போது சூட்சமத் தன்மையின் அளவுகோலையும் உணர முடியும்.

ஸ்தூலத்தன்மையின் விழிப்புணர்வில் செயல்பாடுகளை நம்மால் உணர முடியும். சாட்சி பாவம் என்பது விழிப்புணர்வின் ஒரு பரிமாணமே!, விழிப்புணர்வுடன் கவனித்தல், தொடர் கவனித்தல் இவையாவும் ஸ்தூலத் தன்மையில் உள்ளது. உயர்நிலை நோக்கி முன்னேறி செல்லும்போது, விழிப்புணர்வு நிலை ஸ்தூலமாகப் புலப்படாமல் நம் இயல்பாகவே மாறிவிடும்.

சாட்சிபாவம் இயல்பாகவே மாறிவிடுவதால் அவற்றின் செயல்பாடு சூட்சமமான உணர்வு நிலைக்கும் மாறிவிடும். இவ்வாறு விழிப்புணர்வு மட்டுமின்றி குண்டலினி, சக்கரங்கள் ஆகிய அனைத்தும் ஸ்தூலத் தன்மையிலிருந்து சூட்சமத் தன்மைக்கு உயர்நிலையில் மாறி விடும்பொழுது அவற்றின் செயல்பாடுகளை உணர முடிவதில்லை.

குண்டலினியின் அறிகுறிகளாகச் சக்தி நிலைகள், அதிர்வுகள், வெளிச்சங்கள், இருள் ஆகியவை தங்கள் ஸ்தூலமான வெளிப்பாட்டை விடுத்து சூட்சம நிலைகளுக்கு மாறிவிடும்.

உயர்நிலை ஆன்மீகத்தை நோக்கிப் பயணப்படும் பொழுது, அங்கே சக்திநிலைகளுக்கு இடம் இல்லை. அனைத்தும் உணர்வு நிலையில் இருப்பதால்,

உணர்தல் முழுவதும் உணர்வுநிலையிலேயே ஏற்படும். இவையும் மாற்றம் அடைய கூடியவை என்பதை நினைவில் கொள்ள வேண்டும். உணர்வு நிலைகளுக்குள்ளும் சூட்சமம், அதிசூட்சமும் என்று முடிவில்லா பயணமாக இருக்கிறது.

நான் - Self

இந்த "Self" என்ற சொல்லுக்கு, சுயம், நான் மற்றும் அகங்காரத்தை (ego) வெளிப்படுத்தும் தன்மையாக வெவ்வேறு விளக்கங்கள் கொடுக்கப்படுகிறது. இந்த "நான்" தன்மைப்பற்றி வேண்டிய அளவு என் முதல் புத்தகமான "உங்கள் ஆன்மீகப் பயணம் 1" இல் கொடுக்கப்பட்டுள்ளது. இது ஏன் இவ்வளவு முக்கியத்துவம் பெறுகிறது என்றால், எத்தனை விதமான அடையாளங்களை அழித்தும், பதிவுகளை கரைத்தும், பல நிலைகளைக் கடந்து வந்தாலும் இறுதிவரை "நான்" தன்மை ஒட்டிக் கொண்டேயிருக்கும். இதை முற்றிலும் அழிப்பதைக் காட்டிலும், பண்படுத்தி வைத்துக் கொள்வது நல்லது.

ஸ்தூலநிலையில், பெரும்பாலும் உலகாயத விஷயங்களில் இந்த "நான்" தன்மையில்லாத செயல்பாடுகளே இல்லை எனலாம். ஸ்தூலநிலையில், இந்த "Self" ஒரு அடையாளத்தை (Identity) சுமந்து கொண்டேயிருக்கும். நிறைய கர்மப்பதிவுகள், கடினத்தன்மைகள், ஆசைகள், உணர்வுகள், உணர்ச்சிகளை வெளிப்படுத்துவதே இந்த "நான்" தன்மைதான்.

தொடர்ந்து ஆன்மீகப்பயிற்சி, தன்மை மாற்றம் (Transformation) ஆகியவற்றால் பண்பட்டு வந்து கொண்டிருக்கும், "நான்" தன்மை, ஸ்தூலம் நீங்கி, உயர்நிலைகளில் சூட்சமமாக மாறிவிடும். சூட்சமத்தில் இருக்கும் "நான்" என்ற உணர்வு, உள்ளே இருப்பது கூட தெரிவதில்லை. அதாவது, சில சமயங்களில், அது வெளிப்படும் பொழுது கூட,

அதன் தன்மையை அறிவது கடினமாகி விடுகிறது. இந்த "நான்" முற்றிலும் மறைந்து விட்டது என்று எண்ணும்போது, அது லேசான தன்மையுடன் வெளிப்படவே செய்யும். இருப்பினும், "நான்" என்ற தன்மை, உலகாயுத விஷயங்களுக்கு சிறிது மட்டுமே தேவைப்படுகிறது. ஆனால், ஆன்மீகத்தில் இந்த"நான்" என்ற உணர்வு பின்னடைவையே கொடுக்கும். "Self" என்ற நிலை சூட்சமமாக மாறும்பொழுது, தன்னைப்பற்றின உணர்வுநிலை மிக குறைவாகவே இருக்கும். தன்னுடைய உடல் தேவைகளை பற்றின சிந்தனை கூட பெரும்பாலும் இருப்பதில்லை. உடலை கடந்த உணர்வு நிலை மட்டுமே இருக்கும். இன்னும் பண்பட்ட "நான்" தன்மை பெரும்பாலும், ஸ்தூல சரீரம் தாண்டி "சூட்சம உடலில்" அதிக நேரம் உணர்வு நிலையில் இருக்கும்.

# உணர்வுகள் உணர்ச்சிகள்

மனம் மற்றும் உடல் சார்ந்த செயல்பாடாக, தன் நிலைப்பாட்டை வெளிப்படுத்தும் சொல், செயல் மற்றும் எண்ணத்தின் தன்மையே உணர்வுகள் மற்றும் உணர்ச்சிகள் எனப்படும்.

உணர்வின் விரைவான வெளிப்பாடே உணர்ச்சி வயப்படுதல், நன்மையோ, தீமையோ உடனடி வெளிப்பாடு இந்த உணர்ச்சி. உணர்வும் உணர்ச்சியும் ஒன்றுக்கு ஒன்று தொடர்புக்குக் கொண்டு செயல்படும் தன்மையுடையவை. உணர்வின் கடினத்தன்மை அல்லது லேசானத்தன்மை பொறுத்தே உணர்ச்சியின் வெளிப்பாடுகள் அமையும். ஒரு உணர்வு, அது கோபம், பயம், பொறாமை, ஆசை, மகிழ்ச்சி, அன்பு எவ்வகையாக இருந்தாலும், அது பண்படும் முன், உணர்ச்சியாகவே வெளிப்படும். தொடர்ந்தஉணர்ச்சி, உணர்வுகளாக மற்றும் பதிவுகளாக சேகரிக்கப்படும்.

ஒரு உணர்வை ஸ்தூலத்தன்மையிலிருந்து, சூட்சமத் தன்மைக்கு கொண்டு செல்வதற்கு, உணர்ச்சி கொந்தளிப்புகளை அமைதிப்படுத்த வேண்டும். தொடர்ந்த விழிப்புணர்வுடன் கூடிய சுயபரிசோதனை மற்றும் தியானப்பயிற்சியின் மூலம் அமைதியில் லயித்து இருப்பது போன்றவை உதவிபுரியும்.

உணர்ச்சி கொந்தளிப்புகள், அவை நன்மையோ, தீமையோ அதீதமாக இருப்பதை குறைக்கக்கூடியதாக இந்தப் பயிற்சிமுறைகள் அமையும். இவை உணர்ச்சியை மட்டுப்படுத்தி உணர்வு நிலையில் லயிக்க செய்யும்.

இப்பொழுது உணர்வு ரீதியில் நிற்கும் பதிவுகளை நீக்கும் பொருட்டு தொடர்ந்த சுயபரிசோதனை மற்றும் தியானப் பயிற்சிமுறை மெதுவாக ஸ்தூலத் தன்மையிலிருந்து சூட்சமத் தன்மைக்கு மாறும்.

இந்நிலையில் பெருமளவு ஆன்மீக நிலையில் முன்னேற்றம் கண்டு, அமைதிநிலையில் லயித்திருக்கும் நிலை இயல்பாகவே ஏற்பட்டிருக்க வேண்டும். சூட்சமத் தன்மையில் இருந்தாலும், உணர்வுகள் ஒரு அலை போல ஆரவாரமின்றி மெலிதாக வெளிப்படுத்துவதை உணர முடியும்.

உணர்தல் (Sensing) மூலமாக அதனை நன்றாகவே இதயப் பகுதியில் உணர முடியும். இன்னும் சூட்சமத்தன்மையை அடையும் பொழுது, வெறும் வெளிப்பாடுகள் அற்ற உணர்வாக உணர்வுநிலையில் இருக்கும். இன்னும் உணர்வுநிலைகள் சூட்சமமாக மாற மாற, ஆன்மீக உணர்தல்கள் அனைத்தும் லேசான தன்மையாக, வார்த்தைப்படுத்த யோசிக்கும் அளவு மாறிவிடும். உலகாயத வாழ்க்கை வாழ்வதற்கு உணர்வுகள் மிதத்தன்மை கொண்டவையாக வெளிப்படும்.

பெரும்பாலும் இந்த உணர்ச்சிகள் மற்றும் ஸ்தூலமான உணர்வுகள் அனைத்தும் Heartfulness தியானமுறையில் குறிப்பிட்டுள்ள முதல் 5 புள்ளிகளில் அடங்கும். ஆக, உணர்ச்சிகள் மற்றும் உணர்வுகளான ஆசை, பொறாமை, கோபம், பயம் போன்ற எதிர்மறையான குணங்கள் நீங்க தொடங்கும்பொழுது (சுயபரிசோதனை மற்றும் தியானத்தினால்) மனநிறைவு, ஏற்றுக்கொள்ளும்

தன்மையாக மாறுகிறது. இந்த நேர்மறையான குணங்கள் நிலைபெறும்பொழுது அமைதியற்ற தன்மையில் இருந்து அமைதிக்கும், அதுவே அன்பாக மாற்றமடைகிறது. வெறுப்பு, கோபம், இவற்றை நீக்கும்பொழுது அன்பு முழுமையான இயல்பாகிறது. இந்நிலையில் பயம் போன்ற எதிர்மறை உணர்வுகளும் விடைபெற்றுவிடும். ஆக, ஒன்றுக்குஒன்றுஇவையாவும்தொடர்புடையவை.

ஒரு புள்ளிக்குரிய தன்மையாக மட்டுமே செயல்படுவதில்லை. முதல் 4 புள்ளிகளும் ஒன்றுக்கு ஒன்று செயல்பட்டு, பண்பட்டு, தன்னிலை உணரும் நிலைக்கு வரும்பொழுது, ஐந்தாம் புள்ளியில் தெளிவு கிடைக்கிறது. இவையாவும் ஸ்தூலத்தன்மையிலிருந்து 6, 7, 8, 9, 10 போன்ற புள்ளிகளில் பயணம் செய்யும்பொழுது, அவை சூட்சமத் தன்மையை அடைகிறது.

எவ்வாறு ஒரு தனிப்பட்ட உணர்வு சூட்சமமாக மாறுகிறது?

**மேலும் விரிவாக, ஒரு தனிப்பட்ட உணர்வு எவ்வாறு சூட்சமமாக மாறுகிறது என்பதை ஒரு உணர்வின் மூலம் புரிந்து கொள்ளலாம்.**

ஒரு உணர்வான அன்பை எடுத்துக் கொள்வோம். ஸ்தூலத்தன்மையில் அன்பு என்பது ஒரு தனி நபருக்கான அன்பாக இருக்கிறது. அதில் கவர்ச்சி, ஈர்ப்பு, தேவைகள், எதிர்பார்ப்புகள், பரிமாற்றங்கள், சுயநலன்கள், கடமைகள் போன்றவைகளுக்காக அன்பு வெளிப்படுகிறது. அதே அன்பு சிறிது பண்படும் பொழுது, கவர்ச்சி, சுயநலம், ஈர்ப்பு, தேவைகள், எதிர்பார்ப்புகளை விடுத்து, **ஏற்றுக்கொள்ளும் தன்மைக்கு** மாறி, அதே அன்பு தனி நபரிடமிருந்து தன் நெருங்கின வட்டாரத்திற்கு மாறுகிறது. அதே அன்பு இன்னும் பண்படும் பொழுது, ஏற்றுக் கொள்ளும் தன்மையே பண்பாடு, அந்த உணர்வு கூட இல்லாமல் அனைவரிடமும் பாராபட்சமின்றி வெளிப்படுகிறது.

அதே அன்பு, உணர்வுநிலையில் மாறியிருக்கும் தன்மையில் தன்னையே அன்பாக பாவிக்கிறது. இந்த நிலையில் எதிர்பார்ப்புகள், சுயநலன்கள் தேவைகள் அனைத்தும் முற்றுப்பெற்று விடுகிறது. அதே அன்பு, இப்பொழுது சமநிலை, மனப்பான்மையில் இருக்கும்பொழுது, "நான் வேறு, மற்றவர்கள் வேறு" என்ற எல்லையை கடக்கிறது. அனைத்தும், அனைவரும் ஒன்றே (Oneness) அதாவது சமநிலையையும் கடந்து Oneness என்ற நிலைக்கு உயர்கிறது.

இன்னும் அன்பு சூட்சமமாக மாறும்பொழுது, ஒருமை (Oneness) என்ற நிலையையும் கூட கடந்து, அன்பு ஒரு உணர்கின்ற தன்மையற்ற உணர்வாக மாறும் அதாவது உணர்வற்ற உணர்வாக மாற்றமடைகிறது. அப்பொழுது, அன்பு நம்மிடம் இருக்கிறதா? என்ற சந்தேகம் உண்டாகும் அளவுக்குச் சூட்சமத்தை அடைந்துவிடும். இனி நான் அன்பை உணர்கிறேன், அன்பை அளிக்கிறேன், அன்பை பெறுகிறேன், அன்பாகவே இருக்கிறேன் என்று எவ்வித உணர்தலும் இனி இருப்பதில்லை. அன்பை வெளிப்படுத்த, வெளிப்படும் விதமாக கூட இருப்பதில்லை. அதுவாகவே மாறிவிட்டாலும் கூட, அந்த உணர்வு நிலை கூட இருப்பதில்லை. இவ்வாறு ஸ்தூலமான அன்பு மேலும் மேலும் சூட்சமங்களை அடைந்து கொண்டேயிருக்கும்.

**இன்னொரு உணர்வான மன்னிக்கும் தன்மையை எடுத்துக் கொள்வோம்.** மன்னிக்கும் தன்மை இல்லாமல் ஆன்மீகத்தில் முன்னேற்றம் இல்லை. கர்மப் பதிவுகளின் சேர்க்கை என்பது பெரும்பாலும் மன்னிக்கும் தன்மை மற்றும் ஏற்றுக்கொள்ளும் தன்மை குறைவாக இருப்பதால் ஏற்படுகிறது, என்பதைப் புரிந்து கொள்ள வேண்டும்.

ஸ்தூலமாக இருக்கும்பொழுது, மன்னிக்கும் குணம் எட்டிப் பார்ப்பதில்லை. பிறரை மன்னிக்க தோன்றுவதுமில்லை. முதலில் நான் ஆன்மீகத்தில் முன்னேற வேறு வழியில்லை என்று உணர்ந்து, பிறரை மன்னிக்க முன் வருவதே மாற்றத்திற்கான செயல்பாடு. பின் மன்னிக்க வேண்டிய நபர்களின்

செயல்பாடுகள் நினைவில் பதிவுகளாக இருக்கும். அவற்றை தொடர்ந்த சுத்திகரிப்பும், பிரார்த்தனை, மூலம் விடுவிக்க வேண்டும். கொடும்பாவியாக இருந்தாலும் அவனையும் மன்னித்து விடுவிக்க வேண்டும். அன்பின் உணர்வை படிப்படியாக உணரும் பொழுது, மன்னிக்கும் தன்மை மெதுவாக எட்டிப் பார்க்கும்.

முழுமையான மன்னிக்கும் தன்மை, அன்பின் மூலமே சாத்தியம் அவர்களையும் தன்னவர்களாக ஏற்றுக்கொள்ளும்போது, பதிவுகள் அழிக்கப்படுகிறது. முதல் நிலையாக, நினைக்க விரும்பாத, மனமில்லாத நிகழ்வுகளை மீண்டும் நினைவுக்கு கொண்டு வந்து, அதை முழுவதும் ஏற்றுக்கொண்டு மன்னிக்கப் பழகும்போது, அதன் பாதிப்போ, பதிவுகளோ கொஞ்சம் கொஞ்சமாக அதன் கடினத்தன்மையை இழக்கிறது.

அவை மெதுவாக கடினத்தன்மையில் இருந்து லேசானத் தன்மைக்கு மாறும்பொழுது மன்னிக்க விரும்பும் நபரும், அவரின் செயல்பாடும் நமது நினைவில் இருந்து மறையத்துவங்கும். இதை ஒவ்வொரு முறையும் நினைவில் நிறுத்தி மன்னிக்கப் பழக வேண்டும். இந்த மன்னிக்கும் தன்மை இன்னும் சூட்சமம் அடையும்பொழுது, மீண்டும் அந்த நபரை பார்க்கும் பொழுது, புதியதாகப் பார்ப்பதுபோல், புதிய நபராகத் தோன்றும். அவர்களின் முந்தைய செயல்பாடுகள் யாவும் நினைவிற்கு வருவதில்லை.

இன்னும் சூட்சமநிலையை அடையும்பொழுது, மற்றவர்களின் செயல்பாடுகளை வைத்து, அவர்களை மன்னிக்க வேண்டும் என்ற உணர்வு கூட இருப்பதில்லை, ஏனென்றால் எதையும் எந்த செயல்பாடுகளையும் குற்றமாகப் பார்க்கும் தன்மை கூட மறைந்து விட்டிருக்கும். குற்றமாகப் பார்க்கும் தன்மை இல்லாதபோது, அங்கே சரி, தவறு என்ற பாகுபாடுகளுக்கு அவசியம் ஏற்படுவதில்லை.

இவ்வாறு ஒவ்வொரு உணர்வையும் ஆராய்ந்து உற்று நோக்கும்போது, அனைத்து உணர்வுகளுமே லேசான உணர்வாக மாறி, பின்அதிசூட்சமத்தன்மைக்கு மாறிவிடும். இந்த உணர்வும்கூடநாளடைவில் உணர்தலுக்கு வருவதில்லை. இவ்வாறு அமைதியின் சூட்சமநிலை, ஏற்றுக்கொள்ளுதல் போன்று எத்தனை எத்தனை உணர்வுகள் உள்ளதோ அத்தனையும் சூட்சமமாக மாறி, நானாக இருந்த "நான்" தன்மை (ego) வெறும் இருப்பு நிலையாக (existence) மாறிவிடும்.

குறிப்பு:- ஒவ்வொரு உணர்வும் தனிப்பட்டவையாகத் தோன்றினாலும், அவையாகும் ஒன்றுக்கு ஒன்று தொடர்புடையவை. ஒரு உணர்வை சரி செய்யும் பொழுது, மற்ற உணர்வுகளும் மாற்றத்தை நோக்கிச் செல்கிறது. புரிதலுக்காகத் தனித்தனியாக ஆராய்ந்து பார்க்கும் பொழுது, அது செயல்படும் தன்மையை உணரலாம்.

# ஸ்தூலத்திலிருந்து (*Hardness*) சூட்சமமாக (*Lightness*) மாறும் விதம்

உயர்நிலைகளை நோக்கிப் பயணப்படும் பொழுது, ஸ்தூலத்திலிருந்து சூட்சமமாக மாற்றமடையும் அனைத்தும் ஒரு சுழல் வடிவைபோல செயல்படுகிறது. ஒரு பதிவு அல்லது நிகழ்வு ஸ்தூலத்திலிருந்து சூட்சமநிலையை அடைய உணர்வுரீதியில் சுழல் போல், அந்த நிகழ்வு அல்லது பதிவுகளின் தாக்கத்தைச் சுமந்து பயணிக்கிறது.

பதிவுகளின் தாக்கம் (கனத்தை) பொறுத்து அது மேல் நோக்கி (சூட்சமத்தை நோக்கி) பயணிக்கிறது. பதிவுகள் லேசானத்தன்மை அடைய அடைய சுழல், மேல் நோக்கிப் பயணிக்கிறது. பதிவுகளின் கடினத்தன்மை பொறுத்து கீழ்நிலைகளில் தங்கிவிடுகிறது.

இந்தச் சுழல் வடிவ கட்டமைப்பு அனைத்து விதமான உணர்வுகள், உணர்ச்சிகள், பதிவுகள் மற்றும் பல என அனைத்திற்கும் பொருந்தும். தன்மைமாற்றமே (Transformation, Character Building) ஸ்தூலத்திலிருந்து சூட்சமத்திற்கு மாற்றமடையக்கூடிய வளர்ச்சி. தன்மைமாற்றம் போதிய அளவு ஏற்படவில்லை என்றால் மீண்டும் ஸ்தூலத் தன்மைக்கே இவையனைத்தும் திரும்பிவிடும். இவ்வாறு ஒவ்வொரு நிகழ்வுகளிலும், இதன் தன்மையைத் தன்மைமாற்றம் மூலம் அறியலாம். சுழல் போல சுழன்று அதன் வளர்ச்சி பாதையில் பயணம் செய்து இறுதி நிலைக்குச் செல்கிறது.

# ஆன்மாவின் (Soul) நிலைப்பாடு

**மேற்கூறிய ஸ்தூலத்தில் இருந்து சூட்சமமாக மாறும் தன்மைகளை தொடர்ந்து, ஆன்மாவின் நிலை என்ன? என்பதனை பார்க்க வேண்டும்.**

ஆன்மா தன் அளவில் வெறுமனே ஒரு சாட்சியைப் போல, அனைத்தையும் கவனித்துக் கொண்டிருப்பதைப் போல் தோன்றினாலும், அது அதன் நிலைப்பாட்டிலிருந்து அசைவை ஏற்படுத்துவதில்லை. இந்த மாற்றங்கள் அனைத்தும் வளர்ச்சியை நோக்கிச் சென்றாலும் சரி, பதிவுகளை ஆழப்படுத்தி மீண்டும் ஸ்தூலத்திற்குச் சென்றாலும் சரி, ஆன்மா மாற்றமடைவதில்லை.

பின்தன்னை உணர்தல், ஆன்மாவை உணர்தல் என்று கூறப்படுவதும், அது செயல்படுவதும் எவ்வாறு?

நம்முடைய கர்மப்பதிவுகள், உணர்வுகள், உணர்ச்சிகள் முதலியவை ஒரு வலை போல, ஒரு உறை போல் ஆன்மாவை சுற்றிப் படிந்துள்ளது. ஆக, தொடர்ந்து தியானப் பயிற்சிகளின் மூலமும், சுயபரிசோதனையின் மூலமும் கர்மப்பதிவுகளை அழிக்கும் பொழுது, மெதுவாக வலை அல்லது உறைகள் களைய தொடங்குகின்றன. இந்த உறைகள் களைய, களைய ஆன்மா புலப்படுகிறது. இவையாவும் உள்நிலை மாற்றங்களாக உணர்வு ரீதியில் ஏற்படும் மாற்றங்கள். இவற்றையெல்லாம் தனித்தனியாக உணர்வுகள், உணர்ச்சிகள் கர்மப்பதிவுகள், சூட்சமசரீரம், காரணசரீரம் என்று தனித்தனி பெயர்களாக அழைப்பதற்கு பதிலாக, ஆன்மீகத்தில் ஆன்மா பயணம் மேற்கொள்கிறது.

ஆன்மா ஸ்தூலத்திலிருந்து சூட்சமத்திற்குச் செல்கிறது என்று பொதுப்படையாக ஆன்மா என்ற உணர்வுக்கு முக்கியத்துவமும், அந்த நிலை மீண்டும் அடையப்பட வேண்டும் என்பதற்காக அறிவுறுத்தப்படுகிறது.

அதே ரீதியில் ஆன்மாவை ஸ்தூலத்திலிருந்து சூட்சமத்திற்கு செல்லும் பொழுது, ஏற்படும் மாற்றங்களை இந்த உணர்வு, உணர்ச்சி, கர்மப்பதிவுகளின் வழி பொருத்திப் பார்க்கலாம்.

**ஆன்மாவின் ஸ்தூலம்.** உலகாயத விஷயங்களில் மட்டுமே மூழ்கிக்கிடப்பது. ஆன்மீகச் சாயலின் நிழல் கூட ஏற்படாதத் தன்மை என்று கூறலாம். ஆன்மா, ஆன்மீகப் பயணம் மேற்கொண்டு ஸ்தூலத்தின் பல நிலைகளைக் கடந்து பயணப்படும்பொழுது, அதாவது, சூட்சமத்திற்கு முந்தைய நிலையில், ஆன்மா, சமநிலை என்று சொல்லக்கூடிய தன்மையும் அன்பு, இரக்கம் போன்ற நற்பண்புகளைக்கொண்டு செயல்படும்போதும், சாட்சிபாவத் தன்மையும் ஆன்மாவின் ஸ்தூலம் என்று கூறலாம்.

**ஆன்மாவின் சூட்சமம்.** அடுத்த நிலையில் ஆன்மா சூட்சமமாக மாறுகிறது. அதாவது, சாட்சிபாவம் செயல்படும் தன்மை, இயல்பாகவே மாறிவிடுவது. உணர்வுரீதியில் சமநிலை, நற்பண்புகளைப் பெற்றிருப்பது, அன்பு, இரக்கம் போன்றவைகள் யாவும் இயல்பாகவே,

அதாவது சுயநினைவில் வைத்துக் கொள்வதற்கு அவசியம் இல்லாமல் போய்விடும் தன்மை இவையாவும் ஆன்மாவின் சூட்சமம் என்று கூறலாம்.

**ஆன்மாவின் அதிசூட்சமம்.** அடுத்த நிலையில் ஆன்மா அதிசூட்சமமாக மாறுகிறது. உணர்வுகள், உணர்ச்சிகள் அனைத்தும் உணர்வு நிலையில் உள்ளார்ந்து சென்றுவிடும்தன்மை, அதாவது மேலோட்டமான வெளிப்பாடுகளுக்குக்கூட அவசியம் இல்லாமல் போய்விடும் தன்மை. உடல்உணர்வு கடந்து சூட்சம உடலில் அதிக நேரம் நிலைபெறும் தன்மை. சுயம் (Self) , சுயத்தை மறந்தநிலை, "நான்" (Ego) தன்மையில் பெரும்பகுதி அழிந்துவிடும் தன்மை, "நான்" (Ego) என்பது லேசான உணர்வுத் தன்மையில் இருப்பது.

அறியாமை மற்றும் அறிந்தத்தன்மை இரண்டுமே இருப்பதுபோல் இருக்கும் நிலை. மனதின் செயல்பாடுகள் பெருமளவு குறைந்து, தேவைகளுக்காக அல்லது மேலோட்டமான வெளிப்பாடுகளுக்காக மட்டுமே எண்ணங்களாக செயல்படும் தன்மை.

கவனச் சிதறல்கள் இல்லாத தன்மை. கண்கள் அலைபாய்தல் இல்லாத தன்மை. ஒரே விஷயத்தில் கவனம் (Focus) அதாவது செயல்படும் வேலைகளில் மட்டுமே

கவனமாக இருத்தல். இவையாவும் ஆன்மாவின் அதிசூட்சமம் என்று கூறலாம்.

**ஆன்மாவின் அதிஅதிசூட்சமம்.** அடுத்த நிலைகளில் ஆன்மா அதிஅதிசூட்சமத்தை அடைகிறது. அதாவது உடல்உணர்வு, சூட்சமஉடல் அனைத்தும் தாண்டி லேசான உணர்வுநிலையில் லயித்து இருத்தல், பற்று இல்லாத தன்மை. அனைத்து உணர்வு நிலையாகிப் போய்விடுதல்.

இவ்வாறு இந்நிலைகளை அடையும் பொழுது, ஆன்மாவின் தன்மை வெளிப்படுவதே, அதே உணர்வுரீதியில் அதாவது ஆன்மா என்று குறிப்பிட்டு சொல்வதற்கு இங்கு எதுவும் இருப்பதில்லை. வார்த்தைகள் இருப்பதில்லை. மிக லேசான உணர்வாக ஆன்மா அதன் நிலையில் உணர்த்தப்படுகிறது. உணர்வு மட்டுமே உணர்வாக இருக்கிறது. அதை வார்த்தைகளிலோ, உருவகப்படுத்தவோ முடிவதில்லை. உணரும் நபருக்கே உரித்தானது. ஆன்மப்பயணம் முடிவதில்லை. அதற்கு மேலும் பயணம் செல்கிறது. இந்நிலையில் இவையனைத்தையும் உணர்த்தும் ஒரு தன்மையில், அதை உணர்வுறுநிலை என்று கூறலாம். Consciousness. இந்நிலை வரை பயணப்பட்ட உணர்வுறுநிலை விரிவடைந்து, லேசானத் தன்மையாக, மேலும் ஆன்மாவின் கனத்தையும் தாண்டி மூலத்தை நோக்கிப் பயணப்படும். இதைPure consciousness or Higher consciousness என்று புரிதலுக்காக கூறிக் கொள்ளலாம்.

உணர்வுறுநிலை - *Consciousness*

உணர்வுறுநிலை (Consciousness) என்றால், ஒன்றைப் பற்றின முழுமையான உணர்தல், புரிதல். எந்த ஒரு விஷயமாக இருந்தாலும், அது அதன் தன்மையிலேயே உணர்வுரீதியாக உணர்த்தக் கூடியது. உணர்வுறுநிலை மாற்றமடையக்கூடியது. ஆன்மாவின் வளர்ச்சிக்கேற்ப, அதன் உணர்வுறுநிலைகள் மாறுபடும், மாற்றம் அடையும் இந்த உணர்வுறுநிலை. செயல்பாட்டில் இருக்கும் அனைத்து உயிர்களுக்கும் உண்டு (Everything in the universe has its own consciousness) .

உணர்வுறுநிலை என்பது, ஒன்றைப்பற்றின முழுமையான உணர்தல், அங்கே புத்திக்கு வேலை இல்லை. தர்க்கரீதியான சிந்தனைக்கும் (No logical thinking) இடம் இல்லை, காரண காரியம் கிடையாது. அது அதன் தன்மையில், அதன் போக்கில் வெளிப்படும் தன்மை கொண்டது.

இந்த உணர்வுறுநிலை (Consciousness) சுருங்குதல் மற்றும் விரிவடைதல் தன்மை கொண்டது. விழிப்புணர்வற்ற உணர்வுறு நிலையாக (Consciousness without Awareness) சராசரி மனிதனுக்கு செயல்பட்டுக் கொண்டிருக்கும். அங்கு உணர்வுறுநிலை விரிவடைதல் தடைப்பட்டு புத்தியின் செயல்பாட்டால், உணர்வுறுநிலை சுருங்குதல் தன்மையில் செயல்பட்டுக் கொண்டிருக்கும்.

மனிதன் பண்பட்டு முழுமையை நோக்கிப் பயணப்படும் பொழுது, உணர்வுறுநிலை விரிவடைந்து செயல்படும். தொடர்ந்த ஆன்மீகப் பயணம், உணர்வுறுநிலையை விரிவடைந்து

லேசான தன்மைக்குக் கொண்டு செல்லும். இது உயர் உணர்வுறுநிலை, ஆழ் உணர்வுறுநிலை போன்ற பரிணாமங்களுக்கு இட்டுச்செல்லும். ஆன்ம தூய்மைக்கு ஏற்றவாறு செயல்படக் கூடியவை.

ஆக, விழிப்புணர்வுடன் கூடிய உணர்வுறுநிலை, (Consciousness with Awareness) தன்னை உணர்தல் மற்றும் ஆன்மீக உயர் நிலைகளை நோக்கித் தள்ளக்கூடியவை. எண்ணங்கள் செயல்படும்பொழுது, உணர்வுறுநிலை சுருங்கும். அங்கே புத்தி மட்டுமே வேலை செய்யும். உயர் ஆன்மீகநிலைகளில் சிந்தனையிலிருந்து, உணர்தலுக்கும், வார்த்தைகளோ, எண்ணமோ இல்லாமல் வெறுமனே உணர்தலாக வெளிப்படுவது உணர்வுறுநிலை எனலாம்.

—⟩•⟨—

என் நிலையில் எனது
உணர்வுறுநிலை எனக்கு
உணர்த்தியவை

—⟩•⟨—

மனதின் விஸ்தரிப்பே எண்ணங்களின் தொடர்ச்சி. மனம் செயல்படும் வரை எண்ணங்களுக்கு உயிர்ப்பு உண்டு. மனம் அடங்கி, பின் உள்நோக்கி ஒடுங்கும்பொழுது, மனதின் விஸ்தரிப்புக்கு முற்றுப்புள்ளி. அங்கே காட்சியும் இல்லை. கருத்தும் இல்லை. ஒரு ஆழ்ந்த கவனிப்பு, அதுவும் தேவை ஏற்படும் இடத்தில் மட்டுமே. உணர்ச்சி, உணர்வுகள் மட்டுப்பட்டு உள்நிலையில் அமிழ்ந்து இருக்கும் நிலையில், பார்க்கும் அனைத்தும் ஊமை காட்சிகள்போல் தென்படும்.

தியானம் என்று அமர்ந்தால், Focus அல்லது ஒரு இடத்தில் நிலைபெறுதல் என்று தனியாக ஒன்றும் இல்லை. நெற்றிப்பொட்டில் அல்லது இதயத்தில் என்று சொல்லும்படியான Focus எங்கேயும் இல்லை. கண்களை மூடின உடனே உடல் உணர்வற்றநிலை, உடலற்றநிலை, வெறுமனே உள்நோக்கின கவனம். உடலில் கவனத்தைக் கொண்டு வந்தாலும் வெறும் வெளி, வெற்றுத்தன்மை (Vaccum) மட்டுமே உணர முடிகிறது.

இறுதியில் வெறும் உணர்வுறுநிலை (Consciousness) மட்டுமே இருக்கிறது. உள்நோக்கி கவனம் இருந்தாலும் சரி, மனதின் செயல்பாடு பற்றின சிந்தனையில் இருந்தாலும் சரி, வெறும் உணர்வுறுநிலை மட்டுமே இருக்கிறது. சில சமயம் ஒன்றுமே அறியாத அறியாமை. சில சமயம் உள்நோக்கிப் போகும் கூர்மை (Sharpness), இரண்டுமே உணர்வுறு நிலையாக வெளிப்படுகிறது.

இத்தனை விஷயங்களையும், ஆன்மா என்று சொல்லக்கூடிய உணர்வையும் கூட உணர்த்தக்கூடிய ஒன்று, அது இந்த உணர்வுறுநிலை (Consciousness) மட்டுமே. இது ஆன்மாவின் அளவுகோல் என்றும் சொல்லலாம். முடிவில்லா உணர்தலுக்கு, முடிவில்லா உணர்தல் இந்த உணர்வுறுநிலை, இறுதி வரை மேற்கொள்ளும் ஆன்மீகப் பயணத்திற்கு ஒரு லேசான இருப்பு நிலையாக இருப்பதாகும்.

# முழுமையடைதல் (*Completion*)

முழுமையடைதல் (Completion) என்பது நம் மனதில் தோன்றும் ஒரு எண்ணத்தின் வெளிப்பாடான சொல்லிலும், செயலிலும் முழுமையை நோக்கிப்பயணித்தலைக் குறிப்பது. இவை வெளிப்புற விஷயங்களில் இருந்து, உள்நோக்கிப் பயணப்படும் ஆன்மீகவிஷயம்வரை தொடர்கிறது.

முதலில், வெளிப்புற செயல்பாடுகளில் தொடங்குகிறது. ஒரு செயலோ, ஒரு வாக்குறுதியிலோ தொடங்கும் இது, நிறைவடைகிறதா? இல்லையா? என்பதைப் பொறுத்தே முழுமையற்ற அல்லது முழுமைத் தன்மைக்கு வருகிறது.

அன்றாட செயல்பாடுகளில் தள்ளிப்போடுதல், காரணம் கற்பித்தல், பல வேலைகளை ஒரே நேரத்தில் வைத்துக்கொள்ளுதல், நேரத்தைச் சரியாக நிர்வகிக்க முடியாமல் திணறுதல், இலட்சியமின்றி செயல்படுதல், எதிர்மறை கொள்கைகளைப் பின்பற்றுதல், கடினமான முறைகளை பயன்படுத்துதல் இவையாவும் முழுமைத்தன்மைக்கு செல்லவிடாமல் ஒரு முழுமையற்ற நிலைக்குக் கொண்டு செல்கிறது.

இவ்வாறு முழுமையற்ற தன்மையில் ஈடுபடும் செயலோ, செயல்பாடுகளின் விளைவோ ஒரு தேக்க நிலையையோ, மனநிறைவற்றத் தன்மையையோ, முன்னேற்றத்தை நோக்கின பாதையில் தடைகற்களை நிரப்பிவிடும். இவை அடுத்து உள்ளார்ந்த பாதிப்புகளாக ஒரு பரபரப்புத்தன்மை, பதற்றம், பயம், அதிருப்தி போன்ற நிலைகளை உருவாக்குகிறது.

இதை சரி செய்வதற்கும், மனநிறைவடைந்து முழுமையடைதல் நிலைக்குக் கொண்டு செல்வதற்கும் உயிர்ப்பு (The state of being; liveliness) அவசியமாகிறது. செயல்படும்போது, அந்த நிலைக்கேற்ற ஒரு உயிர்ப்புத் தன்மை அவசியம்.

இயக்குதல், இயங்குதல் போன்ற அனைத்திற்குமே உயிர்ப்பு தேவைப்படுகிறது. இது போதிய அளவு செயல்பாட்டில் இல்லாவிட்டால், தேக்கமும், திருப்தியற்ற நிலையுமே நிகழும். உயிர்ப்பு மட்டுமே அடுத்தக்கட்ட நிலையை நோக்கி நம்மை கொண்டு செல்லும்.

இது எவ்வாறு உள்நிலைகளை பாதிக்கிறது? வெளிப்புற விஷயங்களில் முழுமையை அடைய, தடைகள் வெளிமனிதர்களிடமிருந்து வருவதில்லை. நமக்குள் நாமே ஏற்படுத்திக் கொள்ளும் தடைகளே! இது அப்படியே உள்நிலைகளில் பதிவுகளாக, அதாவது முற்றுப்பெறாத, நிறைவை ஏற்படுத்தாதப் பதிவுகளாகச் சேகரிக்கப்படுகிறது.

எந்த அளவிற்கு வெளிப்புற விஷயங்களில் அர்ப்பணிப்புடன் செயல்பட்டு, செய்யும் செயல்களாகட்டும், வாக்குறுதிகளாகட்டும் முழுமைத்தன்மைக்குக் கொண்டு வருகின்றோமோ, அந்த அளவிற்கு உள்நிலை பதிவுகள் லேசாகி விடுகிறது. இன்னும் உள்நோக்கி ஆழ்ந்து பயணிக்கும் பொழுது, இந்த முழுமைபெற்றப் பதிவுகள் நினைவிற்கு வருவதில்லை.

உள்நிலைகளை நோக்கிப் பயணிக்கும் பொழுது அவையாவும் மறதி (Forgetfulness) என்ற நிலையை அடைந்து மறைந்தும் விடுகின்றன. ஏன் இது இந்த அளவிற்கு வலியுறுத்தப்படுகிறது என்றால், உலகாயத விஷயங்களில் உள்ள மீதம், முழுமை பெறாமல் பதிவுகளாகத் தங்கி இருப்பதனால் உள்நோக்கி ஆன்மீகப் பயணத்தை மேற்கொள்ள முடிவதில்லை. ஒருவித தேக்கநிலைகளை உருவாக்கிக் கொண்டே போகிறோம்.

ஒரு செயல் முற்றுப் பெற்றுவிட்டால் செயல்பாடு நின்றுவிடும். செயல்படுவதற்கு உயிரோட்டம், உத்வேகம் அவசியம். அவை முற்றுப் பெறும்பொழுது நிறைவுத்தன்மை ஏற்பட்டுவிடும். இந்த நிறைவுத்தன்மைதான் உள்முகப் பயணத்திற்கு உதவக்கூடியது.

இனி உள்முகமாகப் பயணப்படும் பொழுது, ஆன்மீக நிலைகளில் (Conditions) மாற்றங்களை ஏற்படுத்த வேண்டும். உள்நிலைகளில் போதிய அளவு தங்கி, அதன் சாராம்சத்தை உணர்ந்து, அடுத்த நிலைகளை நோக்கிப் பயணப்பட வேண்டும். அந்த உள்நிலை மாற்றங்கள் மட்டுமே போதிய அளவு நிறைவைத் தந்து, தேக்கநிலை ஏற்படாமல் மேற்கொண்டு பயணத்திற்கு நம்மை தயார் செய்பவை.

இந்த முழுமையடைதல் (Completion) என்பது வேலைகளில், வெளிப்புற விஷயங்களில் மட்டும் அல்ல, ஒவ்வொரு உணர்வுகளும் உணர்ச்சிகளும் முழுமைபெற்று, முற்றுப்பெற்றிருக்க வேண்டும்.

வெளிப்புற விஷயங்களைப் பொருத்தமட்டில், நமக்கான தேவைகளின் முழுமைத்தன்மையை பிறரிடம், பிறர் மூலம் பெற நினைப்பதுதான் பெரிய தடைகளை ஏற்படுத்துவது. யாரிடம்? எங்கே? முழுமையைத் (Completion) தேடுகிறீர்கள்? நம்மிடம், நமக்குள்ளே ஏற்படாத முழுமைத்தன்மை வேறு யாரிடமிருந்து நமக்கு ஏற்படும்? என்று கேள்வியை ஆழமாகச் சிந்திக்கும் பொழுது, தெளிவு கிடைத்து, முழுமையை நோக்கி நாம் பயணிக்க முடியும்.

இன்றைய மனநிலை மற்றும்
எனது ஆன்மீகப் பயணத்தின்
கடைசி பகிர்தல்...

இந்தப் புத்தகத்தில் பகிர்ந்த அனைத்துமே என்னுடைய அனுபவங்கள்தான் என்றாலும்... உயர்நிலைகளை நோக்கிப் பயணப்படும் பொழுது, உள்நிலை தன்மைகள் தொடர்ந்து மாற்றமடைந்து கொண்டுதான் இருக்கும்.

1. கவலை அல்லது அக்கறை இல்லாத மனநிலை.

2. மீண்டும் (நான் -Self) தன்மையை மறந்த நிலை.

3. ஒரு விஷயத்தில் கவனம் இருந்தால், அது மட்டுமே முக்கியம் மாதிரியான மனநிலை.

4. அலைபாய்தல் இல்லாத நிலை.

5. யோசித்துப் பார்க்கும்பொழுது, மிகவும் ஆழ்ந்த (Subtle) மாற்றங்களான அமைதி, பொறுமை மாற்றம் அடைந்திருக்கிறது.

6. தியானம் சரியாக செய்யாவிட்டாலும், உள்நிலையில் தொடர்ந்து லேசான, வெளிப்படையில்லாத மாற்றங்களாக இருக்கிறது.

7. பயம் இல்லை. சார்ந்து இருக்கும் தன்மை (Dependency) இல்லை. விதியும் (Destiny) இல்லை. இலக்கும் (Destination) இல்லை. ஆனால், மேற்கொள்ளும் பயணத்தில் சந்தேகமோ குழப்பமோ இல்லை.

8. சரணாகதி நிலையா? என்றால் அதுவும் உணர்வுக்கு வருவதும் இல்லை. சூட்சமமாக

வழிகாட்டி அழைத்துச் செல்லும் அவ்வளவே! என்ற நிலைப்பாடு.

9. Consciousness, அது மட்டும்தான் லேசானத் தன்மையில் இருப்பது போல் உணர்வு, ஒரு நண்பகல் நேரத்தில் தூக்கம் + விழிப்புநிலையில் உணர்த்தப்பட்டது. கற்பனை போன்ற விஷயங்களுக்கு இடமேயில்லை.

10. அங்கே உணர்த்தப்படும் எதுவோ, அது வெளிச்சம் (Light) அல்ல. அதை உணர மட்டுமே முடியும்.

11. மாறிக்கொண்டேயிருக்கும் வித்தியாசமான மனநிலை, மனம் லேசாக, வெளி உலகத்துடன் ஒட்டி இருப்பது போலவும், சில சமயம் அது எல்லாம் என்ன? என்று தெரியாத மனநிலை போலவும் உணர்கிறேன்.

12. அனைத்துமே Blank state (வெற்று நிலை) போன்ற நிலை உள்நோக்கிப் பயணம் செல்லும்பொழுது, வெறுமனே செல்லும் உணர்வு, திசையும் இல்லை, எந்த நோக்கமும் இல்லை.

13. வார்த்தைப் படுத்த முடியாத நிலைகள். இந்த நிலைகள் மறந்தும் போகலாம்.

14. கடந்தகாலம் (Past) எதிர்காலம் (Future) இல்லாத நிலைப்பாடு நிகழ்காலம் (Present)

மட்டுமே இருக்கிறது. அதுவும் கூட உணரப்படாமல் கடந்து செல்கிறது. உடல் உணர்வற்ற நிலை. பெரும்பாலும் உடலில் வலி ஏற்பட்டால் மட்டுமே உடல் உணர்வு உணர்த்தப்படுகிறது.

15. மாயை உலகத்தில் இருப்பதுபோல உணர்வும், மிதந்து செல்வது போல உணர்வும், சுற்றி இருக்கும் அனைத்தும் நிழல் காட்சிகள் போல இருக்கிறது.

16. எதிலும் ஒட்டியும், ஒட்டாமலும் வாழ்வது போல இருக்கிறது. வார்த்தைப்படுத்திச் சொன்னால் கடமைக்கு வாழ வேண்டும் போலத் தோன்றுகிறது.

17. சில சமயங்களில் ஒன்றுமே புரிவதில்லை என்று கூட முடிக்கத் தோன்றுகிறது.

18. சில பழக்கங்கள், சில விருப்பங்கள், சில பிடித்தங்கள் எப்படி மறந்து போனது என்று தெரியவில்லை. தொடர்ந்து செய்து கொண்டே இருந்தவைதான், திடிரென மறைந்து விட்டது போல் இருக்கிறது.

19. **காலம்** (Time)

காலத்தைப்பற்றிச் சிந்திக்கும்பொழுது, (காலம்கடந்து, காலம் கடந்து) என்று கேட்டு இருப்போம்.ஆனால், அதே உணர்வு நிலையில் அனுபவிக்கும் பொழுது, சில புரிதல்கள் ஏற்படவே செய்கிறது.

கடந்தகாலம் (Past) , எதிர்காலம் (Future) உணர்வு நிலையில் இருப்பது இல்லை.

நிகழ்காலம் (Present) மட்டுமே இயங்கிக் கொண்டிருக்கும் தன்மை. இவையாவுமே வெளிப்படையாகத் தெரிவதில்லை. சூட்சமமாக உணர்வுநிலையில் செயல்படும் தன்மை கொண்டதாக இருக்கும். உற்று நோக்கும் பொழுது மட்டுமே புரிதலுக்கு வருபவை.

இதே காலம் (Time) ஸ்தூலத்தன்மையில் சராசரியான வாழ்க்கை ஓட்டத்தில், நேரமாக அதாவது காலை, மதியம், இரவு போன்று பாகுபடுத்தி, கடிகாரம் என்று அமைத்து இயங்கி, காலம் என்பது நேரமாகப் பயன்பாட்டுக்கு வருகிறது.

இதே சூட்சமத்தன்மைக்கு மாற்றமடையும் பொழுது, அங்கே நேரம் என்பதேயில்லை. நேரத்தைப் பற்றின அவசரமோ, படபடப்போ ஏற்படுவதில்லை. செயல்பாடுகள் நடந்த வண்ணம் இருந்தாலும், அதனைப் பற்றின உணர்வுகள் குறைவாகவே இருக்கிறது.

இருப்பினும் நேரம் தவறினது இல்லை. தவறுவதும் இல்லை. சரியான கணிப்பு மூலம் செயல்பாடுகள் கடந்து கொண்டே இருக்கிறது. அந்தச் சமயங்களில், நம்மை உற்று நோக்கினால் மனவோட்டம் குறைவாகவே இருக்கிறது. ஓய்வான மனநிலை.Smart work (குறைந்த நேரத்தில், பல வேலைகளையோ, மேற்கொண்ட எந்த ஒரு

செயலையோ நேர்த்தியாகச் செய்து முடிப்பது) செயல்படும் தன்மை.

காலத்தின் பிடியில் மனம் இருப்பதில்லை. அப்படி செயல்படுவதும் இல்லை. இவையாவும் உணர்வுநிலைகளில் இருந்து செயல்படும். தன்னை நோக்கி (Self - Study) கவனத்தைக் கொண்டு வரும்பொழுது மட்டுமே உணரப்படுகிறது. மேற் சொன்ன யாவும் உயர்நிலை நோக்கிப் பயணப்படும்பொழுது ஏற்படும் அனுபவங்களாக இருக்கும்.

ஆன்மீக உயர்நிலைகளை
அடையும் பொழுது...

கற்பனைக்கு அவசியமில்லாத நிலை ஏற்படவேண்டும். புத்தியின் செயல்பாடுகளுக்கு அவசியம் ஏற்படுவதில்லை. அனைத்தும் சூட்சமமாக உணர்வு ரீதியில் உணர்ந்து அறிந்து கொள்ளக்கூடியதாக மாறிவிடும்.

"நான்" தன்மை உயர்நிலைகளில் பயன்படுவதும் இல்லை. அதற்கு அங்கு இடமும் இல்லை. உடலை கொண்டிருக்கும் வரை, இந்த உலக வாழ்க்கைக்குத் தேவைப்படுவதற்கு மட்டுமே "நான்" செயல்படும்.

குண்டலினி, சக்கரங்கள் போன்ற செயல்பாடுகள் உணர்வு நிலைக்குக்கூட வருவதில்லை. அனைத்து அனுபவங்களையும் கடந்து செல்ல வேண்டும். அனுபவத்தில் லயித்து இருத்தல் ஆன்மீக முன்னேற்றத்தைத் தடை செய்துவிடும். அனைத்தும் என்று குறிப்பிட்டது. ஆன்மீக அனுபவங்கள் மட்டுமல்ல, சேகரித்து வைத்துள்ள அறிவு, பிடிமானங்கள், சார்ந்திருத்தல், நம்பிக்கைகள், உணர்வுகள் அனைத்தும். சரியான பாதையில் பயணம் செய்வதாக இருந்தால், அனைத்து தன்மைகளும் சூட்சமமாக (Subtle) மாறி, இன்மை (Nothingness) நிலைக்குச் செல்ல வேண்டும்.

இன்மைநிலை என்றால் ஒன்றும் இல்லாதத் தன்மையாக இருந்தாலும் அனைத்தும் உள்ளடங்கியத் தன்மை. இறுதியில் லேசாக Consciousness மட்டுமே தன் இருப்பை உணரக்கூடியதாக இருக்கும். இந்த நிலைகள் யாவும் உணர்ந்து, உணர்வுரீதியில் அனுபவித்து கடந்தவை. வார்த்தைப்படுத்தும் போது, போதிய அளவு அதன் உண்மைத்தன்மை

முழுமையாக வெளிப்படுத்தப்பட்டுள்ளதா? என்றால் அது கேள்விக்குறியே!

Bindaz Boy சூட்சமமாக எதையும் வெளிப்படுத்தும் தன்மை கொண்டவர். அவரது You-tube channel இல் அவரது அனுபவங்களை இன்னும் சூட்சமமாக வெளிப்படுத்தியுள்ளார். அவரின் தன்மைக்கு என்னால் கூற முடியாது என்றாலும், என் அளவில் அதனை எளிமைப்படுத்தியே கூறியுள்ளேன். உயர்நிலைகளைக் கடந்து வரும் சாதகர்கள் இதனை சரிபார்த்துக் கொள்ளலாம்.

எ‌ன் டைரியிலிருந்து
சில பக்கங்கள்...

## செப்டம்பர் 28/9/2020

**இதயநிறைவு தியானம் ஆரம்பம்** (Heartfulness meditation) இன்று நான் மிகவும் எதிர்பார்த்த நாள். இன்று (Heartfulness) தியானம் மூலம் முதன் முதலாகச் சத்திய நிலையை உணர்வதற்காகத் தொடங்கப்பட்ட நாள்.

இரவு 8.00மணி முதல் 8.40வரை தியானம் தொடர்ந்து (Lalaji, Babuji) நன்றியுடன் மனதில் நிறுத்திக் கொண்டேன். சுத்திகரிப்பு செய்துகொண்டேன். அவர்கள் குறிப்பிட்ட B புள்ளியில் சுத்திகரிப்பு மற்றும் Point 1இல் தியானம் செய்தேன். முடிந்தவரை கவனம் சிதறாமல் Point இல் தியானம் செய்தேன். நன்றி மாஸ்டர்.

## செப்டம்பர் 29/9/2020

இன்று தியானம் செய்தோம். 8.00 முதல் 8.40pm வரை. சுத்திகரிப்பு மற்றும் Points மீது தியானம். எந்த அசௌகரியமும் உணரவில்லை. தியானம் முடிந்து சாப்பிட்டு படுக்கச் செல்லும் முன் மாஸ்டருடைய புத்தகத்தை வாசித்துக் கொண்டிருந்தேன். Lalaji பேசுவதாக வந்த ஒரு வாசகத்தைப் படித்தவுடன் என்னையும் அறியாமல் அழுகை வந்தது. அழுதுகொண்டேயிருந்தேன். இறைவன் மற்றும் மாஸ்டரின் கருணை என் மீது எவ்வளவு உள்ளது என்று அறியப்பட்டபோது அழுகையைக் கட்டுப்படுத்த முடியவில்லை. அற்ப புழுவான என் மீது அவர்கள் காட்டும் கருணை வார்த்தைப்படுத்த முடியாதது. நன்றி மாஸ்டர்.

## செப்டம்பர்30/9/2020

இன்று தியானம் 8.00 முதல் 8.40pm வரை செய்தோம். முதுகுப்புறம் ஒரு லேசான strain மட்டும் உணர்ந்தேன். நன்றி மாஸ்டர்.

## அக்டோபர் 1/10/2020

இன்று தியானம் தாமதமாகத் தொடங்கப்பட்டது. ஆனால் நான் 8.00pm மணிக்கு வழக்கம்போல் பாபூஜியின் ஆசியுடன் தொடங்கிவிட்டேன். சுத்திகரிப்பு செய்து முடிக்கும் தருவாயில் 8.09pmக்கு தியானத்தைத் தொடங்குமாறு Bindaz Boy message அனுப்பி இருந்தார். அதை தொடர்ந்து தியானம் செய்யும்போது (Babuji Babuji) என்று என்னால் கட்டுப்படுத்த முடியாத அளவிற்கு அழுகை, கண்ணீர் வழிந்துகொண்டே இருந்தது. பாபூஜியின் கருணையை என்னால் உணர முடிகிறது. இதை எழுதும்போது கூட கண்ணீர் வரும்போல் இருக்கிறது. நன்றி மாஸ்டர்.

## அக்டோபர் 2/10/2020

இன்று 8.00முதல்8.40pm வரை தியானம் செய்தோம். முதுகுப்புறம் லேசான வலியை உணர்ந்தேன். அதை சுத்திகரிக்கச் செய்தேன். Point 1 தியானம் செய்யும்போது உடல் உணர்வு இல்லாத நிலையை உணர்ந்தேன். நன்றி மாஸ்டர்.

### அக்டோபர் 3/10/2020

இன்று 8.00 முதல் 8.40pm வரை தியானம் செய்தோம். இன்று Point 2 தியானம் தொடங்கப்பட்டது. கவனச்சிதறல் அதிகமாக இருந்தது. Point 2வில் கவனம் (Concentration) குறைவாக இருந்தது. நன்றி மாஸ்டர்.

### அக்டோபர் 4/10/2020

இன்று 8.00pm நான் தியானம் செய்ய தயாராக இருந்தேன். ஆனால், Bindaz Boy வரவில்லை. எதிர்பார்த்துவிட்டு நான் 8.10pmக்கு தியானம் செய்யத் தொடங்கினேன். லாலாஜி, பாபூஜி அவர்கள் கருணையின் துணையோடு தியானம் செய்தேன். இன்று Point 2 கவனச்சிதறல் இல்லை. ஆழ்ந்த தியானமாக இருந்தது. உடல் உணர்வு இல்லை. 8.30க்கு தியானத்தை முடித்து 5 நிமிடம் அந்த அமைதியில் இருந்தேன். நன்றி மாஸ்டர்.

### அக்டோபர் 5/10/2020

இன்று 8.00 முதல் 8.40pm வரை தியானம் செய்தோம். இன்று எந்த சலனமும் இல்லை. Point 2வில் சிறிது கவனச்சிதறல் இருந்தது, அமைதியும் இருந்தது. நன்றி மாஸ்டர்.

### அக்டோபர் 6/10/2020

இன்று 8.00 முதல் 8.40pm வரை தியானம் செய்தோம். மனச்சோர்வு மதியம் முதல் இருந்தது. தியானத்தில்

அதன் பிரதிபலிப்பு இல்லை. தியானம் முடிந்தும் ஒரு அமைதி கலந்த லேசான தன்மை இருக்கிறது. நன்றி மாஸ்டர்.

## அக்டோபர் 7/10/2020

இன்று 8.00 முதல் 8.40pmவரை தியானம் செய்தோம். இன்று அசௌகரிய நிலை சுத்தமாக இல்லை. Point 2 தியானம் செய்யும் போது எண்ணங்கள் குறுக்கிட்டாலும் உணர்வற்ற நிலையே இருந்தது. மனச்சோர்வு, எதிலும் ஈடுபாடு இல்லாத தன்மையே உணரப்படுகிறது. நன்றி மாஸ்டர்.

## அக்டோபர் 8/10/2020

நேற்று கிடைத்த அதே அனுபவமே இருந்தது. நன்றி மாஸ்டர்.

## அக்டோபர் 9/10/2020

இன்று 8.00 முதல் 8.40pm வரை தியானம் செய்தோம். இன்று அசௌகரியம் இல்லாமல் இருந்தது. முதலில் நெற்றியில் அதிக அழுத்தம் உணரப்பட்டது. பின்பு இல்லை. கடைசி 5முதல்நிமிடங்கள் முன்னதாகவே தியானத்தில் இருந்து விடுபட்டேன். நன்றி மாஸ்டர்.

## அக்டோபர் 10/10/2020

இன்று விருந்தினர்கள் வருகையால் வெளியே செல்லும் சூழ்நிலை. அதனால் தியானம்

செய்யவில்லை. கொஞ்சம் வருத்தமாக இருந்தது. ஆனால், Bindaz Boy, இன்று மாஸ்டர் பற்றியும் அவர்களது தியானமுறை பற்றியும் என்னுடைய புரிதல் பற்றியும் எவ்வாறு உள்ளது என்று அறிந்து கொண்டார். அதுவே போதுமானதாக உணர்ந்தேன். நன்றி மாஸ்டர்.

## அக்டோபர் 11/10/2020

இன்று 8.00 முதல் 8.40pm வரை தியானம் செய்தோம். சிறு சஞ்சலமான விஷயம் நடந்து விட்டது. நிலைப்படுத்தினாலும் சில பாதிப்புகளை உணர முடிந்தது. சில எண்ணங்கள் தோன்றின. அதை தியானத்தில் சுத்திகரிப்பு செய்தேன். சில அசௌகரியத்தையும் உணர்ந்தேன். இதை சுத்திகரிப்பு செய்து, சரி செய்வதே தியானமாக ஆகிவிட்டது. நன்றி மாஸ்டர்.

## அக்டோபர் 12/10/2020

இன்று 8.00 முதல் 8.38pm வரை தியானம் செய்தோம். முதலில் நன்றாக இருந்தது. சிறிது நேரம் சென்றவுடன் ஒரு restlessness ஒரு ஏக்கம், எப்பொழுது இலட்சியத்தை (goal) அடைவோம் என்று ஒரு விரக்தியான மனநிலை உணரப்பட்டது. இருந்தும் பாபூஜிமீது கவனம் செலுத்தினேன். இன்னும் விரக்தியே தொடர்கிறது. நன்றி மாஸ்டர்.

## அக்டோபர் 13/10/2020

இன்று 8.00 முதல் 8.40pm வரை தியானம் செய்தோம். ஒரு அனுபவம் (Experience) கூட கிடைக்கவில்லையே என்று ஒரு வருத்தம் ஏற்பட்டது. இருந்தும் பாபூஜியின் மீதே தியானம் செய்தேன். ஒருவித பயம். இவ்வாறே நாட்கள் போய்விடுமோ? என்று இருந்தும் ஒரு எண்ணம், மாஸ்டரை தவிர வேறு யார் எனக்கு உண்மையை உணர்த்த முடியும்? நன்றி மாஸ்டர்.

## அக்டோபர் 14/10/2020

இன்று 8.00 முதல் 8.40pm வரை தியானம் செய்தோம். முதலில் லேசாக இருந்தது. பின்பு இடுப்புப்பகுதியில் சிறிது வலி உணரப்பட்டது. தியானம் செய்வதற்கு முன் தாஜி அவர்களின் புத்தகத்தை (விதியை வடிவமைத்தால்) படித்துக் கொண்டிருந்தேன். அந்தப் புத்தகத்தில் கூறிய ஓய்வு நிலை பயிற்சியை மேற்கொண்டேன். "ஏற்கனவே இதயத்தின் தெய்வீக ஒளியின் மூல ஆதாரம் என்னை ஈர்த்து கொண்டு இருக்கிறது" என்று நினைக்க சொன்ன மாதிரி நினைத்துக் கொண்டேன். நன்றாக இருந்தது இந்த உணர்வு. பின்பு "என்னை சுற்றிலும் உள்ள பொருட்கள் அனைத்தும் இறை உணர்விலேயே ஆழ்ந்து மூழ்கி இருப்பதாக" உணர்ந்து செய்யுமாறு அறிவுறுத்தியபடி செய்தேன். நன்றாக இருந்தது. நன்றி மாஸ்டர்.

## அக்டோபர் 15/10/2020

இன்று 8.00 முதல் 8.35pm வரை தியானம் செய்தோம். இன்று அதிகமாக உள்நோக்கிப் போக முடிந்தது. நன்றி மாஸ்டர்.

மேலே குறிப்பிட்டுள்ள தியான அனுபவங்களை அன்றாடம் தேதி நேரம் குறிப்பிட்டு எழுதி வைப்பது வழக்கமாக மாறிவிட்டது. தொடர்ந்து 2024 வரை எழுதி வைத்துள்ளேன். இதன் பயனை அறிய, ஒரு மாதகால இடைவெளியில் அதனை வாசித்துப் பார்க்கும்போது, தொடங்கிய நாளில் இருந்து, இன்று படிக்கும் நாள் வரை ஒரு குறிப்பிட்ட மாற்றத்தை நம்முள் ஏற்பட்டுள்ளதை உணர முடியும். தியானமும் உள்நோக்கி ஆழ்ந்து செல்வதை அறிய முடியும்.

மேலே குறிப்பிட்டுள்ள 15நாள் தியானத்தில், உள்நோக்கிச் செல்லும் விதமாக தியானம் மாறி உள்ளதை காணமுடியும்.

(தியானம் தினந்தோறும் செய்தாலும், உள்நிலையை உற்று நோக்குவது என் வழக்கம். இன்னும் வெளிப்புற விஷயங்களில் தன்மை மாற்றம் ஏற்பட வேண்டும் இவ்வாறு சுயபரிசோதனை செய்து அதையும் எழுதி வைத்துள்ளேன்.)

## பிப்ரவரி 8/02/2021

ஆழ்ந்த தியானமாக இருந்தது. உடல் உணர்வு இல்லை.ஸ்தூலம் மற்றும்சூட்சமம் இரண்டையும்

பிரித்து அறிய சொல்லப்பட்டது. நன்றி மாஸ்டர்.

## பிப்ரவரி 26/02/2021

இன்று 8.00 முதல் 8.30pm வரை தியானம் செய்தோம். ஆழ்ந்த தியானமாக இருக்கிறது. உணர்வுகள் மென்மை அடைகிறது. அதனை உணர முடிகிறது. நன்றி மாஸ்டர்.

## மார்ச் 5/03/2021

இன்று 8.00 முதல் 8.20pm வரை தியானம் செய்தோம். எது சரணாகதி? என்ற கேள்விக்கான விடையாக அமைந்துவிட்டது. நன்றி மாஸ்டர்.

## மார்ச் 8/03/2021

இன்று 8.00 முதல் 8.26pmவரை தியானம் செய்தோம். எண்ணங்கள் வந்தவண்ணம் இருந்தன. இருந்தும் தியானம் ஆழ்ந்து காணப்பட்டது. நன்றி மாஸ்டர்.

## மார்ச் 16/03/2021

இன்று 8.00 முதல் 8.30pm வரை தியானம் செய்தோம். மிக ஆழ்ந்த தியானமாக இருந்தது. உணர்வுநிலை அடங்கி இருந்தது. மாஸ்டரை அடைவதே எனது குறிக்கோள் என்று உணர்ந்தேன். அதை தவிர்த்து வேறு எதுவும் தேவையில்லை என்று தோன்றியது. நன்றி மாஸ்டர்.

## மார்ச் 18/03/2021

இன்று 8.00 முதல் 8.30pm வரை தியானம் செய்தோம். முதல் 20நிமிடங்கள் மட்டுமே ஆழ்ந்த தியானமாக இருந்தது. எனது உணர்வுகள் மட்டுப்பட்டுக்கொண்டே வருகிறது. லேசான உணர்வுகள் தோன்றினாலும், அதனை மாஸ்டரிடமே சமர்ப்பிக்கிறேன். ஒருவித அமைதியற்ற (Restlessness) தன்மையும் திரும்ப தோன்றுகிறது. பிரார்த்தனையே பிரதானமாக இருக்கிறது. நன்றி மாஸ்டர்.

## மார்ச் 20/03/2021

இன்று காலை தியானம் இதயத்தின் மீது இருந்தது. எண்ணங்கள் தொடர்ந்து வந்துகொண்டே இருந்தது. திடீரென உள்நோக்கி இழுக்கப்பட்டது போல் ஆழ்ந்து சென்றது. நன்றி மாஸ்டர்.

## ஜூன் 23/06/2021 புதன்கிழமை

தியானம் செய்தபின், சுய பரிசோதனை செய்து பார்க்கிறேன். மாற்றங்கள் கவனிக்கும்படியாக உள்ளது. உள் அமைதி இருக்கிறது. மற்றவர்களிடமிருந்து நான் அதிக தொலைவை உணர்கிறேன். வெளிப்புறமாக கவனம் இல்லை. உணர்ச்சியை வெளிக்காட்டாவோ ஒன்றும் இல்லை என்றே தோன்றுகிறது. நன்றி மாஸ்டர்.

## ஜூன் 24/06/2021 வியாழக்கிழமை

அமைதியான மனநிலை. தொடர்ந்து தக்கவைத்துகொள்ள முடிகிறது. நன்றி மாஸ்டர்.

## ஜூலை 9/07/2021 **வெள்ளிக்கிழமை**

ஒருவித திருப்தியான மனநிலை. எனது நிலை நன்றாக ஆழ்ந்த நிலையில் இருப்பதாக Bindaz Boy கூறினார். இதுவே அகங்காரமாக மாறிவிடக்கூடாது என்று அறிவுறுத்திக் கொண்டேன். இன்னும் ஆன்மீகப் பயணம் வெகு தூரம் உள்ளது.

Heartfulness புள்ளிகளைப்பற்றி முன்னதாகவே படித்து தெரிந்து கொள்ளக்கூடாது என்று தோன்றியது. தியானம் அல்லது பயணத்தின் போது அந்தப் புள்ளிகளை கடந்துவிட்டதாக கற்பனை தோன்றிட வாய்ப்புள்ளது. அதனால் மாஸ்டர் பார்த்துக்கொள்வார் என்று தோன்றியது. நன்றி மாஸ்டர்.

## ஜூலை 14/07/2021 **புதன்கிழமை**

கேள்விகள் கேட்கக்கூடாது, ஆராய்ச்சி பண்ணக்கூடாது, Just accept and go கீழ்படிதல் வேண்டும். இது மட்டும்தான் இன்று தோன்றியது. நன்றி மாஸ்டர்.

## ஜூலை 24/07/2021 **சனிக்கிழமை**

தூய்மை மற்றும் எளிமை இதுவே இன்று பிரார்த்தனையாக இருந்தது. நன்றி மாஸ்டர்.

## செப்டம்பர் 1/09/2021 **புதன்கிழமை**

மாஸ்டரின் நினைவலைகளிலே லயித்து இருக்கத் தோன்றியது. இன்னும் கூர்வுணர்வுத் திறன், உயர்

உணர்வுறுநிலை நோக்கி முன்னேற வேண்டும் என்று தோன்றியது. நன்றி மாஸ்டர்.

## செப்டம்பர் 26/09/2021 ஞாயிற்றுக்கிழமை

சாயங்கால வேளையில், நடந்து கொண்டே வானத்தைப் பார்க்கும் பொழுது ஒருவிதமான அந்நிய உணர்வு (deattachment feel) பூமி கூட ஒட்டாத தன்மையில் இருந்தது. அந்த நேரம் வானத்தில், வெளவால் கூட்டம், தன் இருப்பிடத்தை நோக்கிப் பறந்து சென்று கொண்டு இருந்தது. திடிரென ஒருவித அன்பு. அந்த ஜீவன்கள் மீது. பார்த்து ரசித்துக் கொண்டு இருந்தேன். அன்பில் ஒரு அதீதம். அந்த நிமிடம் அனைவரிடமும் அந்த அன்பு பொங்கி வழிந்தது. அந்த உணர்வு ஒருவித நிலையை (Condition) உருவாக்கியது. நன்றி மாஸ்டர்.

## அக்டோபர் 3/10/2021 ஞாயிற்றுக்கிழமை

அமைதியாக அமர்ந்து கொண்டு இருக்கும்போது வருகின்ற சிந்தனைகள், முடிந்துபோன, கடந்து போன நிகழ்வுகள், இவை தாண்டின பின்னால்தான் ஆன்மீகத்தின் அடுத்த நிலை புலப்பட்டு அதில் பயணம் செய்கிறேன். சமீபத்தில் மீண்டும் அவையாவும் திரும்பத் தோன்றும் போது எனது தற்போதைய நிலையும் வேறாக இருப்பதை உணர முடிகிறது. முன்பு அவற்றை சந்தித்து, வலி, வேதனையாக அனுபவித்து வெற்றி பெற்றேன். இன்று அவற்றையெல்லாம் பார்த்து நிதானித்து,

தேவையற்றவை என்று கடந்து வருகிறேன் அமைதியாக, சமநிலையாக. நன்றி மாஸ்டர்.

## அக்டோபர் 23/10/2021 சனிக்கிழமை

காலையில் தியானம் செய்தேன். மாஸ்டர் மாதிரி இருக்க வேண்டும் என்று தோன்றியது. என் தியானத்தின் ஆழ்ந்த தன்மையை (Intensity) அறிய முயற்சிக்கிறேன். என்னுடைய நிலையை (Condition) சில நேரங்களில் உணர முடியவில்லை. வெறுமையாக (Empty) உள்ளது.

## நவம்பர் 14/11/2021 ஞாயிற்றுக்கிழமை

இன்று தியானம் ஆழமாகவும், அமைதியாகவும் இருந்தது. எந்த நிலையில் இருக்கிறேன் என்று தெரியவில்லை. மறதி. நிறைய மறதி. நிறைய விஷயங்கள் என் நினைவில் இருந்து மறைந்துவிட்டது. சில சமயத்தில் மாஸ்டரின் நினைவு கூட இருப்பதில்லை. அனைத்துமே ஒரு தூரத்தில் (Distance) இருப்பது போன்று உள்ளது. நன்றி மாஸ்டர்.

## நவம்பர் 17/11/2021 புதன்கிழமை

இன்று தியானம் ஆழ்ந்து, அமைதியாக இருந்தது. Bindaz Boyயுடன் ஒரு உரையாடல். ஒருவித மனதிருப்தி. நீண்ட நாட்களுக்கு பிறகு ஒருவித அமைதித்தன்மை (Settled) .மீண்டும் அவருடன் ஒரு உள்ளார்ந்த தொடர்பை உணர முடிந்தது. நன்றி மாஸ்டர்.

## நவம்பர் 18/11/2021 வியாழக்கிழமை

என்னை நானே சுய பரிசோதனையாகப் பார்க்கும்போது, எனக்கு எதுவும் ஈர்ப்பை கொடுக்கவும் இல்லை, ஏற்படுத்தவும் இல்லை. ஒரு மாதிரி சுவையற்ற சுவை. வெறுமையாக உணர்ந்தாலும், அதை நோக்கியே செல்ல வேண்டும் என்று தோன்றுகிறது. அந்த ஆதி மூலத்துடன் மட்டுமே ஒருவித ஈர்ப்பு. முதல் மனம் நோக்கிச் செல்ல தோன்றுகிறது. நன்றி மாஸ்டர்.

## நவம்பர் 25/11/2021 வியாழக்கிழமை

அதிகாலை 3.45am தியானம் செய்தேன். தியானம் தொடங்கும் முன்பும் ஒருவித அமைதி மற்றும் மையத்துடன் இணைக்கப்பட்டது போல் இருந்தது (Centered) . தியானம் செய்யும்பொழுதும் கடினத்தன்மையும் அல்ல, லேசான தன்மையும் அல்ல. ஒருவித அடங்கிய அமைதி மற்றும் தெளிவான உணர்வு. தியானம் முழுவதும் இவ்வாறே இருந்தது. எண்ணங்கள் வந்தாலும், அவை முக்கியத்துவம் பெறவில்லை. உள்நிலையில் ஒரு வெளிச்சமோ, இருளோ அல்ல. இடைப்பட்ட ஒரு நிலை. (No darkness or lightness, it was evenly spread) ஐந்தோ அதற்கும் குறைவான நொடியில்தான் வெளிப்பட்டது. ஒருவேளை ஆழ்நிலை உணர்வோ?என்னவோ?ஆனால் பிரணாஹூதி (Pranahoothi) உள்ளிருந்தே பொங்குகிறது. நன்றாக உணர முடிகிறது. நன்றி மாஸ்டர்.

## டிசம்பர் 16/12/2021

வெகு நாட்களாகக் குறிப்பு எதுவும் எழுதவில்லை. எழுதத் தோன்றவில்லை. ஒருமாதிரி Blank state (வெற்றுத்தன்மை) . ஏதும் அற்ற நிலை Forgetfulness (மறத்தல்) அதிகமாக உள்ளது. குறைந்த கால அளவில் அனைத்தையும் மறந்துவிடும் நிலை. அனைத்தும் தூரமாகவே (Distance) உள்ளது. என்னை நானே யாரோ மாதிரி தனியாக உணர்ந்து பார்க்கிறேன். Bindaz Boy இதற்கு விளக்கம் கொடுத்தார். இருப்பினும் அவரின் பதில் எனக்கு திருப்தி அளிக்கவில்லை. இருந்தும் என்னுடைய ஆன்மீக நிலை சரியான பாதையில் போவதாகவே தோன்றியது. நன்றி மாஸ்டர்.

Heartfulness தியானம் தொடங்கி ஒரு வருடம் மூன்று மாதங்கள் ஆகிவிட்டது.

## ஜனவரி 28/01/2022

இன்று காலை 10.30am மணியளவில் தியானம் செய்தேன். மிகவும் தளர்வாக இருந்தது. லேசான தன்மை உணரப்பட்டது. தியானம் முடிந்த பின்பும்கூட அதிர்வு உணரப்பட்டது. (Transmission) என்னை சுற்றி எல்லா பக்கமும் வருவது போல் தோன்றியது. இதயத்தில் ஒரு அழுத்தம் உணரப்பட்டது. இன்று இரவு 9 மணி அளவில் தியானம் செய்தேன். தாஜி மாஸ்டரின் Sitting. நன்றாக இருந்தது.

Physical- முதுகுப்புறம் கொஞ்சம் அசௌகரியம் உணரப்பட்டது.

Emotional - நன்றி உணர்வு ஏற்பட்டது. பிரார்த்தனை மனநிலை இருந்தது.

Mental - காலை முதல் இப்பொழுது வரை ஒரு நிதானம், அமைதி, சகிப்புத்தன்மை உணரப்பட்டது.

Spiritual - மாற்றம் அல்லது சுத்திகரிப்பு கண்டிப்பாக ஏற்பட்டுள்ளது. கவனம் இதயப்பகுதியில் இருந்தது. இன்று நேரம் சென்றதே தெரியவில்லை. நன்றி மாஸ்டர்.

## ஜனவரி 29/01/2022 சனிக்கிழமை

இன்று காலை 3.30 முதல் 4.15am வரை தியானம் செய்தேன். பல விஷயங்கள் உணரப்பட்டது. B புள்ளியில் சுத்திகரிப்பு முடிந்து, தியானம் செய்தேன்.

Physical - லேசான அசௌகரியம் உணரப்பட்டது.

Emotional - அன்பும் பக்தியும் உணரப்பட்டது. இதயம் தளர்வு அடைந்ததை உணர முடிந்தது. மாஸ்டர் அளிக்கும் பிரணாஹூதியின் செயல் என்று உணர முடிந்தது.

Mental- மனம் பண்பட்டு, அமைதி அடைந்து, தளர்வு நிலையில்தான் சூட்சமம் உணர்த்தப்படும் என்று உணரப்பட்டது.

Spiritual - உடலும், மனமும் தளர்ந்த நிலை, சுவாசமும் மிக மிதமாக இருந்தது. இன்னும் அதிக தளர்வு நிலையில்தான் சூட்சமம் உணரப்படும். அதற்கு இதயம் தயார் செய்யப்பட வேண்டும்.

அதிக அன்பும், பக்தியும், சகிப்புத்தன்மையும், நன்றியுணர்வும், ஈர்த்துக் கொள்ளும் இதயமும் தயார் செய்யப்பட வேண்டும் என்று உணரப்பட்டது. நன்றி மாஸ்டர்.

## ஜனவரி 30/01/2022 ஞாயிற்றுக்கிழமை

இன்று காலை 3.45 முதல் 4:30am வரை தியானம் செய்தேன். B புள்ளியில் சுத்திகரிப்புசெய்தேன். தியானம் அன்பும், பக்தியுடனும், ஆரம்பிக்கப்பட்டது. நேற்று நடந்த தியானமும் இன்று நடந்த தியானமும் ஒரே விதமான மனநிலையை கொடுக்கவில்லை. மாஸ்டர் கூறுவதுபோல் ஒவ்வொரு தியானமும் தனிப்பட்டவைதான். மனம் கவனிக்க தொடங்குகிறது. சூட்சமத்தை உணர ஏக்கம் கொள்கிறது. ஆனாலும் பொறுமை அவசியம் என்று உணரப்பட்டது. எண்ணங்களின் குறுக்கீடுகள் இருந்தாலும் தொடர்ந்து தியானம் செய்யப்பட்டது. தூக்கம் கொண்டமாதிரியிருந்தாலும் கான்ஷியஸ் ஆக இருந்தது. உடல் தளர்வு நிலையில் உள்ளது. நன்றி மாஸ்டர்.

## பிப்ரவரி 4/02/2022 வெள்ளிக்கிழமை

இன்று காலை 3:40 முதல் 4:25am வரை தியானம் செய்தேன். ஆழ்ந்த தியானமாக இருந்தது. B புள்ளியில் சுத்திகரிப்பு செய்யப்பட்டது. உடல் தளர்வு நிலையில் உள்ளது. (Consiousness) உணர்வுறுநிலை விரிவடைதல் உணரப்படுகிறது. பொறுமை மற்றும் முயற்சியே இலட்சியத்தை நோக்கி இட்டுச்

செல்லும் என்றும் உணரப்பட்டது. நேரம் சென்றதே தெரியவில்லை. நன்றி மாஸ்டர்.

## பிப்ரவரி 12/02/2022 **சனிக்கிழமை**

இன்று காலை 3:40 முதல் 4:24am வரை தியானம் செய்யப்பட்டது. B புள்ளி சுத்திகரிப்பு செய்யப்பட்டது. சில நேரம் அசௌகரியம் உடலில் தோன்றியது. இதயப்பகுதியில் சூட்சமமான இடத்திற்கு சென்றது போல் இருந்தது. சிறுசிறு எண்ணங்கள் வந்தாலும், தியானம் ஆழமாக இருந்தது. ஒருவித மென்மை நன்றாகவே உணரப்பட்டது. நேரம் சென்றதே தெரியவில்லை. உணர்வுறு நிலைகள் விரிவடைகிறது என்று உறுதியாக உணரப்பட்டது. ஆழ்ந்து மற்றும் அமைதியாக இருந்தது. பரந்த வெளி, சமச்சீரான சூழ்நிலையாக உணரப்பட்டது. ஒரே விதமான நிறம் அல்லது வெளிச்சமாக இருந்தது. இருளும் இல்லை. ஒளியும் இல்லை. (Evenly distributed vast expanded area, No light nor darkness) நன்றி மாஸ்டர்.

## பிப்ரவரி 14/02/2022 **திங்கட்கிழமை**

இன்று காலை தியானம் செய்யத் தோன்றவில்லை. மற்ற வேலைகள் செய்யும்போது மாஸ்டரின் நினைவு இருந்தது. காலை 10:30மணிக்கு, தியானம் செய்யப்பட்டது. தூக்கம் அதிகமாக வருகிறது. இன்று புலனுணர்வு சிறிது நேரம் இருந்தது. தியான நிலையிலேயே இருக்க வேண்டும் போல் இடைவிடாத தவிப்பு. இன்று அடிக்கடி சுத்திகரிப்பு

செய்தேன். எளிமையும், தூய்மையும் விரைவில் அடையப்பட வேண்டும் என்ற தீவிரம் தோன்றியது. பிரார்த்தனை மனநிலையே பிரதானமாக இருக்கிறது. உணர்வுநிலையில் லேசான தன்மை உணரப்பட்டது. தீவிர உணர்ச்சியோ உணர்வோ இல்லை. பயம் இல்லை. மனோசக்தியில் கூட தீவிரத் தன்மை இல்லை. ஆனால், மனோசக்தியில் உறுதிப்பாடு உள்ளது. சலிப்புத்தன்மை குறைந்துவிட்டது. எதையும் முன்னரே யோசிக்கும் தன்மையும் இல்லை. சமீப காலமாக, செயல்பாடு நடக்கிறது செயலுக்கான பலன் அல்லது பலனில் அக்கறை அதனை பற்றின சிந்தனைகூட ஏற்படவில்லை. நன்றி மாஸ்டர்.


## பிப்ரவரி 16/02/2022

இன்று காலை 3:42 முதல் 4:17am வரை தியானம் செய்யப்பட்டது. B புள்ளியில் சுத்திகரிப்பு செய்யப்பட்டது. ஆழ்ந்த அமைதி. திடீரென நமக்கு நாமே Transmission கொடுத்துக் கொள்ளலாமா? என்று ஒரு சந்தேகம் தோன்றியது. பின் அதற்கு விடையும் கிடைத்தது. அதாவது, Transmission என்பது சதாசர்வகாலமும் பொழிந்து கொண்டே இருப்பது. நாம் அதனை ஈர்த்துக் கொள்ள வேண்டும் அவ்வளவே. எந்த பகுதியில் சுத்திகரிப்பு தேவைப்படுகிறதோ, அப்பகுதியில் ஈர்த்துக் கொள்ள வேண்டும். சந்தேகம் இல்லாமல் முழுமனதுடன் ஈர்த்துக் கொள்ளும்போது, அது பலன் அளிக்கிறது. நன்றி மாஸ்டர்.

## பிப்ரவரி 20/02/2022 ஞாயிற்றுக்கிழமை

இன்று காலை10:15 முதல் 10:45am வரை Sitting எடுத்துக் கொள்ளப்பட்டது. தெய்வீகத்துடன் அனைத்து இதயப்பகுதி மற்றும் காரணசரீரம் இணைக்கப்பட்டது போல் உணரப்பட்டது. தெய்வீகம்வேறு என் மாஸ்டர்வேறு இல்லை என்று தோன்றியது. மிக ஆழமாக, அமைதியாக, விரிவாக மிதப்பது போல் இருந்தது. தூக்கம் கலந்த ஒரு விழிப்பு நிலை. எண்ணங்கள் ஊடே மிதந்தாலும் நன்றாக இருந்தது. நன்றி மாஸ்டர்.

## நிறைய மாற்றங்கள் ஜனவரி முதல் பிப்ரவரி வரை ஏற்பட்டுள்ளது.

1. தியானம் ஆழமாக மாறியுள்ளது.

2. உள்நிலையை கவனிக்க முடிகிறது.

3. தியானத்தில் நேரம் செல்வதை உணர முடியவில்லை.

4. ஐந்து நிமிடம் தியானம் செய்ய முடியாத என்னை Heartfulness 20 நிமிடம் பழக்கியது. இப்பொழுது 40 நிமிடம் வரை தியானம் செய்ய முடிகிறது.

5. தியானத்தில் எண்ணங்கள், கவனச்சிதறல் குறைந்துள்ளது.

6. கடந்தகாலம் மற்றும் எதிர்காலம் பற்றின உணர்வுகள் மிக மிக லேசாக,

அல்லது நினைவில் கொள்ள முயற்சி தேவைப்படுகிறது.

7. தேவையற்றகவனச் சிதறல்கள் எளிதாகக் கைவிடப்படுகிறது. எளிதாக இலட்சியத்தின் மீது கவனம் செல்கிறது.

8. மிக மிக லேசான இலகுத்தன்மை உணரப்படுகிறது.

9. சுத்திகரிப்பு பயிற்சியினால் லேசானத்தன்மை மிக அதிகமாக உணரப்படுகிறது.

10. ஞாபகமறதி அதிகமாக காணப்படுகிறது. ஆனாலும் செயல்பாடுகள் சரியாக நடந்த வண்ணம் உள்ளது.

11. உள்முகத்தெளிவு ஏற்படுகிறது.

## மார்ச் 2/03/2022 புதன்கிழமை

இன்று காலை தியானம் 10:15 முதல் 10:45am வரை Sitting எடுத்துக் கொள்ளப்பட்டது. மிக ஆழமாக இருந்தது. இரண்டற கலப்பது (Merging) அதாவது Bindaz Boy, நான் அவருடன் இரண்டற கலந்து விட்டதாக கூறினார். என்னுடைய பதிவுகள், நடத்தை, உணர்வுகள் சில அவரிடம் வெளிப்படுவதாகக் கூறினார். அவர் இதை கூறுவதற்கு முன், எனக்கு அவரின் ஞாபகம் மற்றும் அவரின் ஆன்மீக நிலைகள் யாவும் தொடர்ந்து நினைவில் வந்து கொண்டே இருப்பதாகவும், அது என்னை மிகவும் தொந்தரவு செய்வதாகக்கூட கூறினேன். அவை மிகுந்த அழுத்தம் கொடுத்து என்னை இம்சிப்பதாகக்கூட கூறினேன்.

இவை நடந்து இரண்டு மாதங்கள் ஆகிவிட்டன. இன்று மார்ச் 2/03/2022 பாபூஜியின் புத்தகத்தை வாசிக்கும் பொழுது பாபுஜி இதனைப்பற்றி அவரின் அனுபவமாகக் கூறியிருந்தார். அதை வாசிக்கும்போது இரண்டறகலத்தல் (Merging) நிலை உணரப்பட்டது.

## கீழ்வருமாறு:-

**ஒரு முறை நான் லாலாஜியிடம் பணிவுடன் "நான் உங்களை பற்றி நினைக்கும் பொழுதெல்லாம் மூடியால் அடைக்கப்பட்ட ஒரு குப்பி போல் உணர்கிறேன்" என்றேன். பிறகு லாலாஜி "நீங்கள் இனிமேல் தியானம் செய்ய வேண்டாம்" என்றார். நான் அவருடன் முழுவதும் ஐக்கியமாகி விட்டேன் என்ற அர்த்தத்தில் அவர் சொன்னார். நன்றி மாஸ்டர்.**

### மார்ச் 6/03/2022 ஞாயிற்றுக்கிழமை

இன்று காலை 3:30 முதல் 4:15am வரை தியானம் செய்யப்பட்டது. B புள்ளியில் சுத்திகரிப்பு செய்யப்பட்டது. ஆழ்ந்த தியானமாக இருந்தது. நிறைய ஒளிகள் காணப்பட்டன. நன்றி மாஸ்டர்.

### மார்ச் 10/03/2022 வியாழக்கிழமை

இன்று காலை 3:40 முதல் 4:10am வரை தியானம் செய்யப்பட்டது. B புள்ளியில் சுத்திகரிப்பு செய்யப்பட்டது. சில தொந்தரவுகள், சில

கவனச்சிதறல்கள், சில எண்ணங்கள் இருந்தன. இன்று நான் சரியாக தியானம் செய்யவில்லை. மன்னிக்கவும் மாஸ்டர்.

## மார்ச் 11/03/2022 **வெள்ளிக்கிழமை**

விநோதமான மனநிலை. சுத்திகரிப்பு செய்து பதிவுகளை நீக்குகின்றேன். பாபூஜி ஞாபகம் ஏற்படவில்லை. அவை அவ்வப்போது தோன்றினாலும், நிலையில் தவிப்போ, குற்ற உணர்வோ, தடுமாற்றமோ தோன்றவில்லை. நடக்க வேண்டிய விஷயங்கள் நடந்தவாறே உள்ளது. Bindaz Boyயின் பதிவுகளின் தாக்கம் குறைவாக உள்ளது. நன்றி மாஸ்டர்.

## மார்ச் 16/03/2022 **புதன்கிழமை**

இன்று காலை 3:40 முதல் 4:00am வரை தியானம் செய்யப்பட்டது. சமீபமாக இரண்டு, மூன்று நாட்களாகத் தியானத்தில் சுத்திகரிப்பில் ஈடுபாடு குறைந்து வருகிறது. விரக்தி, வெறுமை மனநிலை நிலவுகிறது. **ஒரு விதமான நிலை உணரப்பட்டது. தெய்வீக செவிடு, தெய்வீக குருடு, தெய்வீக ஊமை.** நன்றி மாஸ்டர்.

## மார்ச் 26/03/2022 **சனிக்கிழமை**

இன்று காலை 3:30 முதல் 4:00amவரை தியானம் செய்யப்பட்டது. ஆழ்ந்த தியானமாக அமைதியாக இருந்தது. (Transmission) உள்ளிருந்து வருகிறது. ஆன்மீக நிலையில் மாற்றம் இல்லாததுபோல்

இருக்கிறது. சமீபமாக ஒரே நிலையில் இருப்பதுபோல் உள்ளது. நன்றி மாஸ்டர்

## ஏப்ரல் 24/4/2022 ஞாயிற்றுக்கிழமை

தற்போதைய நிலையில் சரியாக தியானம், சுத்திகரிப்பு, பிரார்த்தனை எதுவும் செய்வதில்லை. சோம்பேறித்தனம் அதிகமாக உள்ளது. வீட்டுவேலை, அத்தியாவசிய வேலை செய்யக்கூட விருப்பம் ஏற்படுவதில்லை. இருப்பினும் செய்ய வேண்டும் என்பதற்காகச் செய்யப்படுகிறது. அதனால் யாருக்கும் எந்தவித அசௌகரியத்தையும் ஏற்படுத்துவதில்லை. நன்றி மாஸ்டர்.

## மே 15/05/2022 ஞாயிற்றுக்கிழமை

குறிப்பு எழுத ஒரு சோம்பேறித்தனம். தொடர்ந்து எழுதும் பழக்கம் நின்றுவிட்டது. இதுதான் மனநிலை என்று யூகிக்க முடியவில்லை. இது என்ன மனநிலை என்றே தெரியவில்லை. சோம்பேறித்தனம் இருந்தாலும், என் வேலைகளை செய்கிறேன். ஆன்மீகப் பாதையில் தேங்கி நிற்கக்கூடாது. பயணம் இன்னும் உள்ளது என்று மட்டும் உறுதியாகத் தோன்றுகிறது. எதன்மீதும், யார்மீதும் பற்று இல்லை. என்ன செய்வது என்றே தெரியவில்லை. நன்றி மாஸ்டர்.

## டிசம்பர் 29/12/2022 வியாழக்கிழமை

இன்று காலை 3:00 முதல் 3:30am வரை தியானம் செய்யப்பட்டது. அமைதியாக நன்றாக இருந்தது.

பரமஹம்ஸயோகானந்தர் மற்றும் நிறைய யோகிகளுடன் நான் அமர்ந்து சாப்பிடுவதுபோல் தோன்றியது. அப்பொழுது, பரமஹம்ஸயோகானந்தர் நிறைய ஆன்மீகப் பாடங்கள் (Spiritual teachings) கொடுத்துக் கொண்டேயிருந்தார். நான் தலையை நிமிர்த்தவேயில்லை. தலைகுனிந்து சாப்பிட்டுக் கொண்டே அவருடைய மொழிகளை மிக கவனமாகக் கேட்டுக்கொண்ட மாதிரி இருந்தது. அவருடைய மொழிகளை உண்மையாகக் கேட்பதற்கு அவரைப் பார்க்க வேண்டும் என்ற அவசியம் ஏற்படாது என்று அப்போது தோன்றியது. என்னை நான் உற்று நோக்கும்போது, இன்னும் பொறுமை அவசியம் என்று தோன்றியது. யாரிடமும் எதிர்பார்ப்பு இல்லாதபோது, அவர்கள் யார்? என்று தோன்றியது. நான் முழுமையாக இருக்கும்பொழுது மற்றவர்கள் என்னைப்போல், எனக்குள் இருப்பதுபோல் தோன்றியது. நான், என்னிடமே எதையும் எதிர்பார்ப்பேனா? என்று தோன்றியது. அவர்கள்வேறு, நான்வேறு இல்லையே! என்பது போன்ற எண்ணங்கள் தோன்றிக் கொண்டே இருந்தது. பல மாதங்களாக டைரி மற்றும் குறிப்பு எதையும் எழுதவில்லை.


## ஏப்ரல் 20/04/2023 வியாழக்கிழமை

ஒரு கனவு அதில் பாபூஜி, என் டைரி குறிப்பை பார்ப்பது போல் தோன்றியது. அதை படித்து பார்த்து மகிழ்ச்சி கொண்டதாகத் தோன்றியது. நான் அமைதியாக அவரின் முகக்குறிப்பை மட்டுமே

பார்த்துக் கொண்டே இருந்தேன். மனதில் சிறு கலக்கம் தோன்றியது. பாபூஜி நான் இப்பொழுது எல்லாம் டைரி குறிப்பு எழுதுவதில்லை என்பதைப்போல் பார்த்தார். நான் தலைகுனிந்து நின்றேன். கனவு கலைந்தது.

## மே 21/05/2023 ஞாயிற்றுக்கிழமை

எனது உள்நிலை என்னவாக இருக்கிறது என்று உற்றுநோக்கும் பொழுது எதிலும் தீவிரம் இல்லை. அன்றாட வேலைகள் நடந்த வண்ணம் உள்ளது. தேவை - தேவையில்லை, வேண்டும் - வேண்டாம் போன்ற உணர்வுகள் எழவில்லை. எதுவுமே தோன்றவில்லை. நானாக"நான் எவ்வாறு உள்ளேன்?" என்று உற்று நோக்கும்போது மட்டும்தான் உள்நிலை தெரிகிறது. மற்றபடி சரியாக அல்லது சரியில்லாமல் இருக்கிறோமா? என்ற யோசனைகூட ஏற்படவில்லை. ஆன்மீகம் என்று எடுத்துக்கொள்ளும் போது, முன்னேற்றம் உணரப்படுகிறது. பாபூஜி, அவர் மட்டுமே அடைக்கலமாகத் தோன்றுகிறார். எனக்கு என்ன தெரியும், தெரியாது என்று எனக்குச் சத்தியமாக தெரியவில்லை. ஒருவித அறியாமை போன்றநிலை.

Bindaz Boy மீது இருந்த பிடிமானம், ஆன்மீக நோக்கம் அனைத்தும் மட்டுப்பட்டுவிட்டது. அவரை குறையோ, நிறையோ கூற கூட ஏதுமில்லை என்று தோன்றுகிறது. ஆனால், நன்றி உணர்வு மட்டுமே இருக்கிறது. தெரியவில்லை, இது

என்ன மாதிரியான வாழ்க்கை, என்ன மாதிரியான பாதை, மீதமுள்ள ஆயுட்காலம் எவ்வாறு போகும் என்று தெரியவில்லை. எதையும் கேட்க என்ன இருக்கிறது? கேட்பதற்கு முன்னே செய்துவிடும் மாஸ்டரை வைத்துக் கொண்டு, நான் இனி கேட்க என்ன இருக்கிறது. மாஸ்டர் மட்டும்தான் வேண்டும் என்று தோன்றுகிறது. இன்பம், துன்பம், பயம், எதிர்பார்ப்பு, தேவைகள் எதுவுமே இல்லாத ஒரு நிலை. நன்றி மாஸ்டர்.

## ஆகஸ்ட் 14/06/2023 திங்கட்கிழமை

Bindaz Boyயிடம் பேசி எத்தனை நாட்கள் ஆகிறது என்று கூட தெரியவில்லை. பேசுவதற்கு எண்ணம் கூட எழவில்லை. ஒருவித ஆழ்ந்த அமைதித்தன்மை இருப்பினும் சூட்சமமாகஒரு உந்துதல் கொடுக்கப்படுகிறதோ? என்று தோன்றியது. அவருடன் சூட்சமமான உள்நிலை தொடர்பு இருந்து கொண்டே இருக்கிறது. இவ்வாறு யோசித்துக்கொண்டு இருக்கும்போது, ஒரு விஷயம் தோன்றியது.

1. **வெளிமுக வெற்றிக்கு (உலகாயுத விஷயங்களுக்கு** (Will power) **மனஉறுதி தேவையில்லை. அன்பு இருந்தாலே போதும்.**

2. **உள்முக வெற்றிக்கு (சூட்சமமான ஆன்மீக நிலைக்கு) மனஉறுதி தேவைப்படுகிறது. அங்கு சக்தி இல்லாமல், ஒரு உந்துதல் இல்லாமல் பயணிக்க முடிவதில்லை.**

## ஆகஸ்ட் 25/08/2023 வெள்ளிக்கிழமை

ஆன்மீக வாழ்க்கையை வரையறுத்துக் கூற முடியவில்லை. தேக்கநிலையா? முன்னேற்றமா? என்று தெரியவில்லை. மனம் எதை நோக்கியும் செல்லவில்லை. பயணிப்பதும் இல்லை. சலிப்பு, தேவை எதுவும் இருப்பதாகத் தெரியவில்லை. Just living or existing. எனது கடமைகளை செய்கிறேன். எதிலும் ஈடுபாடு இருப்பதாகத் தெரியவில்லை. பிரம்மத்துடன் லயம் அடைந்து இருக்க வேண்டும் என்று மட்டும் தோன்றுகிறது. ஒரு எண்ணம் தொடர்ந்து தோன்றுகிறது, குரு மீது பக்தி உண்டாகும் பொழுதுதான் ஆன்மீகப் பாதை தெளிவாகிறது. சூட்சமங்கள் புரிகின்றன. சூட்சமத்தில் இருக்கும்போது, அதை உணர பக்தி மட்டுமே உதவுகிறது. பக்தியும் கூட உள்ளிருந்து அவன் அருளாலே தோற்றுவிக்கப்படுகிறது. பக்தி இன்றி ஆன்மீக முன்னேற்றம் இல்லை. பக்தி என்பது ஸ்தூல வழிபாடோ அல்லது பூஜைகளோ அல்ல. உள்தன்மை பிரம்மத்திடம் (மாஸ்டரிடம்) லயமாகி இருப்பது. அதுவே பக்தி. தொடர்பை விடாமல் பிடித்துக் கொள்ள வேண்டும். ஆனால், சூட்சம நிலையில் அது கடினம்தான்.